யுத்தங்களுக்கிடையில் . . .

அசோகமித்திரனின்
பிற காலச்சுவடு வெளியீடுகள்

நாவல்

- ❖ 18வது அட்சக்கோடு (கிளாசிக் வரிசை)
- ❖ ஒற்றன்!
- ❖ மானசரோவர் (கிளாசிக் வரிசை)
- ❖ தண்ணீர் (கிளாசிக் வரிசை)
- ❖ கரைந்த நிழல்கள் (கிளாசிக் வரிசை)
- ❖ இந்தியா 1944–48
- ❖ இன்று
- ❖ ஆகாயத் தாமரை

சிறுகதை

- ❖ ஐந்நூறு கோப்பைத் தட்டுகள் (கிளாசிக் வரிசை)
- ❖ வாழ்விலே ஒரு முறை (முதல் சிறுகதைத் தொகுப்பு வரிசை)
- ❖ அழிவற்றது
- ❖ 1945இல் இப்படியெல்லாம் இருந்தது . . .
- ❖ இரண்டு விரல் தட்டச்சு
- ❖ அசோகமித்திரன் சிறுகதைகள் (1956–2017)
- ❖ அமானுஷ்ய நினைவுகள்

குறுநாவல்

- ❖ இன்ஸ்பெக்டர் செண்பகராமன்
- ❖ அசோகமித்திரன் குறுநாவல்கள் (முழுத் தொகுப்பு)
- ❖ மணல் (கிளாசிக் வரிசை)

கட்டுரை

- ❖ எரியாத நினைவுகள் (கிளாசிக் வரிசை)

யுத்தங்களுக்கிடையில் . . .

அசோகமித்திரன் (1931–2017)

இயற்பெயர் ஜ. தியாகராஜன். செகந்தராபாத்தில் பிறந்தார். மெஹ்பூப் கல்லூரியிலும் நிஜாம் கல்லூரியிலும் ஆங்கிலம், இயற்பியல், வேதியியல் படித்தார். தந்தையின் மறைவுக்குப்பின் இருபத்தொன்றாம் வயதில் குடும்பத்துடன் சென்னைக்குக் குடியேறினார். *கணையாழி* மாத இதழின் ஆசிரியராக பல ஆண்டுகள் பணியாற்றினார்.

1951 முதல் தமிழிலும் ஆங்கிலத்திலும் எழுதினார். சிறுகதை, குறுநாவல், நாவல், கட்டுரை, விமர்சனம், சுய அனுபவப் பதிவு போன்ற பிரிவுகளில் 60 நூல்களுக்கு மேல் எழுதியிருக்கிறார். பல இந்திய மொழிகளிலும் சில ஐரோப்பிய மொழிகளிலும் இவரது நூல்கள் மொழிபெயர்க்கப்பட்டுள்ளன. 1973இல் அமெரிக்காவின் அயோவா பல்கலைக்கழகத்தின் எழுத்தாளர்களுக்கான சிறப்புப் பயிலரங்கில் கலந்துகொண்டவர்.

1996ஆம் ஆண்டு சாகித்திய அக்காதெமி விருது பெற்றார்.

அசோகமித்திரன் தனது 85வது வயதில், 23.03.2017 அன்று சென்னை வேளச்சேரியில் காலமானார்.

மனைவி: ராஜேஸ்வரி. மகன்கள்: தி. ரவிசங்கர்,
தி. முத்துக்குமார், தி. ராமகிருஷ்ணன்.

அசோகமித்திரன்

யுத்தங்களுக்கிடையில்...

காலச்சுவடு பதிப்பகம்

யுத்தங்களுக்கிடையில் . . . ❖ நாவல் ❖ ஆசிரியர்: அசோகமித்திரன் ❖ © அசோகமித்திரன் ❖ முதல் பதிப்பு: பிப்ரவரி 2010 ❖ காலச்சுவடு முதல் பதிப்பு: டிசம்பர் 2014, மூன்றாம் (குறும்) பதிப்பு: ஜூன் 2021 ❖ வெளியீடு: காலச்சுவடு பப்ளிகேஷன்ஸ் (பி) லிட்., 669, கே.பி. சாலை, நாகர்கோவில் 629001

காலச்சுவடு பதிப்பக வெளியீடு: 632

yuttankaLukkiTaiyil ❖ Novel ❖ Author: Ashokamithiran ❖ © Ashokamithiran❖Language: Tamil ❖ First Edition: February 2010 ❖ Kalachuvadu First Edition: December 2014, Third (Short) Edition: June 2021 ❖ Size: Demy 1 x 8 ❖ Paper: 18.6 kg maplitho ❖ Pages: 112

Published by Kalachuvadu Publications Pvt.Ltd., 669, K.P. Road, Nagercoil 629001, India ❖ Phone: 91-4652-278525 ❖ e-mail: publications@kalachuvadu.com ❖ Printed at Clicto Print, Jaleel Towers,42 KB Dasan Road, Teynampet Chennai 600018

ISBN: 978-93-82033-98-1

06/2021/S.No. 632, kcp 3064, 18.6 (3) rss

முன்னுரை

இது ஒரு தமிழ்க் குடும்பத்தின் அறுபதாண்டுக் கதை. கதைகள் வரலாறாவதும் வரலாறு கதையாவதும் உண்டு. புனைகதை என்று கூறுவதும் சரியாகாது. கண்டதையும் கேட்டதையும் அனுபவித்ததையும் வரிசை மாறிக் கூறுவதுதானே கதை.

இது வெற்றிக் கதையுமல்ல. தோல்விக் கதையுமல்ல. பிழைத்திருத்தல் – அதுவும் கூடியவரை நியாயத்தையும் கண்ணியத்தையும் கைவிடாமல் பிழைத்திருத்தல். இவர்களை வீரர்களாகவும் கூறலாம்; சந்தர்ப்பவாதிகளாகவும் கூறலாம்.

இருபதாம் நூற்றாண்டில் இது மகா யுத்தங்கள் ஆண்டுக்கணக்கில் நடந்தன. முதல் யுத்தத்தில் குண்டடிபட்டு இறந்தவர்களை விட நோய்வாய்ப்பட்டு இறந்தவர்கள்தான் அதிகம்.

இரண்டாவது யுத்தம் 'முழு' யுத்தம். இதில் துருப்புகள், சாதாரண குடிமக்கள் அனைவரும் தோட்டா பட்டும் குண்டடி பட்டும் சிதறுண்டார்கள். இந்த யுத்தத்திலும் பிழைத்திருந்தவர்கள் உண்டு. அவர்கள் ஒரு நொடிப்போது மகாவீரர்களாகவும் அடுத்த நொடியிலேயே பரம கோழைகளாகவும் இருக்க நேர்ந்திருக்கிறது.

சென்னை, *2010* **அசோகமித்திரன்**

யுத்தங்களுக்கிடையில் . . .

சமீபத்தில் சென்னைக்கு ஒரு மொழி ஆய்வாளர்* வந்திருந்தார். (மொழி ஆராய்ச்சியில் இன்று பல பிரிவுகள்). ஆங்கிலேயர். தமிழ் அகராதிகளை ஆராய்வதில் அவருடைய வாழ்நாளின் பெரும்பகுதியைச் செலவழித்தவர். சொற்கள். சொற்கள். அகராதியில் மேலும் மேலும் மேலும் சொற்களைச் சேர்க்க வேண்டும் என்றுதான் எவருக்கும் முதலில் தோன்றும். ஆனால் அவர் பல சொற்களை விலக்க வேண்டியதின் அவசியத்தை உணர்ந்திருந்தார். பல சொற்கள் பழையதாகிப் போய்விடுவது மட்டுமல்லாமல் அவை வழக்கொழிந்தும் போய்விடுகின்றன. ஆனால் அகராதிகளில் அவை தவறாது இடம்பெற, எழுதக் கற்றுக்கொள்வோர், மொழியைப் பயில முயல்வோர் இச்சொற்களை இணைச் சொற்களாக நினைத்து அதன் விளைவாக ஒரு விஷயத்தையே தவறுதலாகப் புரிந்து கொண்டுவிடுகிறார்கள். தவறுதலாகப் புரிந்துகொண்டு அதன்மேல் சிந்தனைகளை அடுக்கி ஏராளமான பொய்களை விளைவித்துவிடுகிறார்கள்.

மொழிக் காவலர்கள் என்று நினைத்துக் கொள்பவர்கள் அரசியல் போக்கை நிர்ணயிக்கக் கூடியவர்களாக அமைந்து விட்டால் அவர்கள் இந்தப் பொய்மாளிகைகளை நிஜமானதாக உத்தரவிட்டு வெறும் பிரஜைகளை ஒருவருக்கொருவர் இயல்பாகப் பேசிப் பழக முடியாதபடி செய்துவிடுவார்கள். எளிய மக்கள் ஒருவர் சொல்வது இன்னொருவருக்குப் புரிய முடியாது போவது அதிகரித்துவர இந்தப் பொய் மாளிகையாளர்களின் ஆதிக்கமும் அதிகமாகிவிடும்.

கிரகரி ஜேம்ஸ், நூலாசிரியர், மொழியியல் அகராதி, தமிழ் அகராதிகள் வரலாறு

இதைத்தான் நீம்ராடு அரசன் விண்ணை எட்ட ஆரம்பித்தபோது இறைவன் அந்த அரசனின் அகந்தையைத் தணிக்கும் விதத்தில் அந்தக் கோபுரம் கட்டுபவர்கள் மத்தியில் மொழிக் குழப்பத்தைத் தோற்றுவித்துவிடுகிறார். ஒவ்வொருவனும் ஒவ்வொரு மொழி பேசுகிறான். ஒருவன் பேசுவது இன்னொருவனுக்குப் புரியவில்லை. கோபுரம் கட்டுவது நின்றுவிடுகிறது. மொழிவாரியாக மக்கள் பிரிகிறார்கள்.

○

அவனுக்கு மொழி பற்றியேகூடத் தயக்கங்கள் உண்டு. இருவர் ஒரே மொழி பேசுவதால் அவர்கள் ஒருவருக்கொருவர் நன்றாகப் புரிந்துகொண்டுவிடுவார்கள் என்று என்ன உறுதி? இங்கிலாந்தும் அமெரிக்காவும் ஒரே மொழியால் பிரிக்கப்பட்ட நாடுகள் என்று பெர்னார்டு ஷா சொன்னார். ஐம்பது ஆண்டுகள் முன்பு பாகிஸ்தானின் அறிவுஜீவிகள் மத்தியில் பெரிய கொந்தளிப்பு. காரணம், பாகிஸ்தான் அரசு பல லட்சம் டைகளை இறக்குமதி செய்யப்போவதாகச் செய்தி. நாட்டில் பாதிக்குமேல் அறியாமையிலும், வறுமையிலும், இல்லாமையிலும் தவிக்கும்போது பல லட்சம் டைகள் இறக்குமதி செய்ய என்ன நிர்ப்பந்தம்? அமெரிக்காவின் சூழ்ச்சி! இந்த வெள்ளைக்காரர்கள் எது எதையோ உற்பத்தி செய்து பிறர் தலையில் கட்டிவிடுவார்கள். இப்போது கழுத்தில் கட்டுகிறார்கள். இப்படி லட்சக்கணக்கில் வாங்கிய டைகளைக் கழுத்தில் கட்டிக்கொள்வதா, வயிற்றை இறுக்கிக் கட்டிக்கொள்வதா?

நாடே அல்லோலகல்லோலமாயிற்று. அப்புறம்தான் தெரிந்தது, டை என்ற சொல் கோட்டு சூட்டு அணிந்துகொள்ளும்போது கழுத்தில் கட்டிக்கொள்ளும் பட்டை மட்டும் அல்ல. பார்க்கப் போனால் நாடு முன்னேற்றப் பாதையில் செல்வதற்கு மிகவும் அவசியமான பொருள். ரயில் பாதை போடும்போது இருப்புப் பாதையைப் பொருத்தி, அது புதைந்து போகாமல் இருப்பதற்குக் குறுக்கே போடும் கட்டை. இந்தியா, பாகிஸ்தானில் அதை ஸ்லீப்பர் என்பார்கள். அமெரிக்கர்களுக்கு அது டை!

○

இறந்தவர்கள் எல்லாருக்கும் ஒரே மாதிரி கவனம் கிடைப்பதில்லை. எம்.ஜி.ஆர். காலமான தினம். யார் இறந்திருந்தாலும் அவருடைய இறுதிக் கடன்களைச் செலுத்தவேண்டியவர்கள் திண்டாடிப் போயிருப்பார்கள். பாடை கட்டுவதற்குப் பச்சை மூங்கிலை யாரும் முன்கூட்டியே வாங்கிச்

சேமித்து வைத்திருக்கமாட்டார்கள். பச்சை மூங்கில்; பச்சை தென்னைமட்டை இரண்டுமே துக்கச் சின்னங்கள். எம்.ஜி.ஆர். இறந்த தினம் இந்தத் துக்கச் சின்னங்களை வாங்கி வருவதற்குக் கடை கிடையாது. தென்னை மட்டை சம்பாதித்து விடலாம். ஆனால், பச்சை மூங்கில்? அதேபோல சட்டி, பானை, பிரிகயிறு முதலியன ஈமச் சடங்குக்காகவென்றே வாங்க வேண்டும். அது இப்போது முடியாது. ஒரு கடை திறந்திருக்கவில்லை. சுடுகாட்டிலும் பணியாளர்கள் இல்லை. இறந்தவர்கள் உடலை மருத்துவமனையிலிருந்து எடுத்துவரத் தேவைப்பட்டால் ஒரு வண்டி கிடைக்காது. வண்டி கிடைத்தாலும் தெருவில் திரண்டிருக்கும் ஜனத்திலிருந்து அதைக் கொண்டு செல்ல அனுமதி கிடைக்காது. யாரிடமும் எதற்கு அனுமதி? “என் அப்பா செத்துட்டாரு. கொஞ்சம் வழிவிடுங்க.”

“எங்க தலைவரே போயிட்டாரு. இந்தப் பக்கம் வராதே. தலைவர் ஊர்வலம் வரப்போவுது.”

“அதுக்குள்ளே எடுத்துப் போயிடறோம்.”

“எல்லாம் தலைவர் ஊர்கோலத்துக்கப்புறம்தான். தள்ளு. தள்ளு. எட்டி நில்லு.”

அப்பா பிணவறையிலிருந்து எழுந்து நடந்து போனார்.

பட்டாளத்துக்குப் போனவன்

ராமேசன் உண்மையில் பட்டாளத்துக்குப் போகவில்லை. பட்டாளத்தைக் கலைக்கவென்று ஒரு தனி அலுவலகம். மூன்றாண்டுகள், நான்காண்டுகள் யாரோ சமைத்தாலும் வயிறார சாப்பாடு கிடைத்தவர்கள், குண்டடிபட்டு சாகாமல் சிதறாமல் இருந்தவர்கள், பெயர், திசை தெரியாத நாட்டில் வழி தவறி எங்கோ போய் கத்திக்குத்து, தடியடி என்று சாகாதவர்கள், இனிமேல் கிடைத்த சில நூறு ரூபாய்களை வைத்துக்கொண்டு ஊர் திரும்பவேண்டும்.

அந்த 1914–1918 சண்டை நடந்தபோது அவர்களுக்குக் கொடுத்த பொருள்களைத் திரும்பக் கொடுத்துவிட்டு கணக்குத் தீர்க்க வேண்டும். அதை கவனிக்க ஒரு தனி அலுவலகம். அதில்தான் ராமேசனுக்கு உத்தியோகம். பட்டாளத்துக்குப் போனவன் என்பதைவிட பட்டாளத்தைப் போகச் செய்தவன் என்பது பொருத்தமானது. இந்த விசித்திரமான உத்தியோகத்துக்காக

அதுவரை அவனுக்கோ அவன் மனிதர்களுக்கோ சற்றும் தெரியாத ஒரு பிரதேசத்தில் சத்திரம் சத்திரமாகத் தங்கி, கடைசியில் ஒரு சிறு சந்தில் ஓர் அறையைக் கண்டுபிடித்து மனைவியுடன் குடித்தனம் தொடங்கியவுடன் அவன் செய்த முதல் காரியம், அவனுக்கிருந்த இரு தம்பிகளுக்கும் "இங்கே வந்துவிடுங்கடா, இங்கு வேலை தேடலாம்" என்று கடிதம் எழுதிப் போட்டது. ஒரு மாதத்தில் இரண்டாவது தம்பி சங்கரனும், அதற்கடுத்த மாதத்தில் முதல் தம்பி பாலுவும் வந்து சேர்ந்துவிட்டனர். அந்த நேரத்தில் ஊரில் அவர்களுடைய சாது அண்ணா ரங்கமணி செத்துப் போய்க்கொண்டிருந்தார்.

ரங்கமணி அண்ணா ஒரே காலுடன் உயிரை விட்டபோது ஆறு வயது மகனைக் கொள்ளி போடத் தயார் செய்திருக்கிறார்கள். வேறு எதற்கும் ஊரார் வராது போனாலும் செத்தால் கூடிவிடுவார்கள். அவர்கள் தீர்மானம் செய்வார்கள்; யார், என்ன, எப்படிச் செய்ய வேண்டும் என்று. ஆபத் சந்நியாசம் போல ஆபத் உபநயனம். ஆறு வயதுப் பையன் நெருப்புச் சட்டியைத் தூக்கிக்கொண்டு சவ ஊர்வலத்துக்குத் தலைமை தாங்கினான். கொள்ளி போடும்போது ஊரார் நான்கு பேர் உறவென்று யாருமில்லை.

பட்டாளத்துக்குப் போன ராமேசனுக்குத் தந்தி கிடைத்தபோது மாலை நான்கு மணி. அவனுடைய பட்டாளமில்லாத பட்டாள அலுவலகத்தில் அவனுக்கு விடுப்பு வேண்டுமென்று தெரிவிக்கக்கூட அன்று முடியாது. வீட்டில் மனைவி, வேலை என்று ஒன்றுமில்லாத இரு தம்பிகளும் வேறு. தம்பிகளையும் ஊருக்கு அழைத்துப் போகவேண்டுமானால் பணம் வேண்டும். அவன்தான் அழைத்துப் போக வேண்டும். மனைவிக்குப் புதுமொழியில் அதிகம் தெரியாது. ஆனால் அவளாகவே, "சமாளித்துக் கொள்வேன். இன்றிரவே கிளம்புங்கள். இல்லாவிட்டால் அம்மா சாபங்கள் காது கொடுத்துக் கேட்க முடியாது" என்றாள். மாமியாரிடமிருந்து விடுதலை பெற்றதில் அவள் வாய் பெற்றிருந்தாள். இருபது ரூபாயில் மாதமெல்லாம் நான்கு நபர்கள் சாப்பிடுகிறமாதிரி அவளுக்குச் சமைக்க முடிந்தது.

பட்டாளத்துக் காரியாலயத்துக்கு எப்படித் தகவல் தருவது? அதற்குத் தலைவர் ஒரு வெள்ளைக்காரர். பட்டாளத்து மகன் வேலைக்குச் சேர்ந்த நாளன்று அவரைப் பார்த்தான். அவ்வளவுதான்.

இரவு எட்டு மணிக்கு ரயில். ராமேசன் ஒரு கடிதம் எழுதி ஒரு வெற்றிலை பாக்குக் கடையில் இரட்டை விலை கொடுத்து

உறை வாங்கி, கடிதத்தைத் தபால் பெட்டியில் செருகினான். அந்த ஊரில் இரண்டு தபால் இலாகாக்கள். கடிதம் வருவதும் போய்ச் சேர்வதும் மனிதர் சக்திக்கு உட்பட்டதில்லை என்பார்கள்.

மூன்று சகோதரர்களும் மூன்றாம் வகுப்புப் பெட்டி ஒன்றில் இடித்துப் பிடித்துத் தள்ளி ஏறினார்கள். இரவு முழுதும் கிடைத்த இடத்தில் உட்கார்ந்துகொண்டு மீண்டும் காலையில் இன்னொரு ரயில் ஏறி இரவு சென்னை அடைய வேண்டும். சென்னையிலேயே இன்னொரு ரயில் நிலையத்துக்கு ஓடிப்போய் நள்ளிரவு வண்டி ஒன்றில் ஏற வேண்டும். அது அடுத்த நாள் காலையில் அம்மா இருந்த ஊரை அடையும்.

ரங்கமணி போய் நான்கு நாட்கள் ஆகிவிட்டன. மூன்று தம்பிகளும் வாடி வதங்கி ஊர் போய்ச் சேர்ந்தபோது, முதலில் அம்மாவின் வசவுதான் கிடைத்தது. இதற்கும் முன்னால் வர முடியாது என்று அவளால் நினைத்துக்கூடப் பார்க்க முடியாது.

அம்மா பணம் கேட்டாள். சம்பாதிக்கும் மகன் போய்விட்டான். வீட்டை எப்படி நடத்துவது? வீட்டிலிருக்கும் பண்ட பாத்திரங்களில் பாதியை விற்றுத்தான் கால் போன அண்ணாவைக் கடைத்தேற்றியது.

மூன்று சகோதரர்களும் மாதம் ஐந்து ரூபாய் அனுப்புவதாக வாக்குக் கொடுத்தார்கள். மூவரில் ஒருவனுக்குத்தான் அப்போது வேலை. அதுவும் அடுத்த மாதம் அல்லது அதற்கடுத்த மாதம் போய்விடும். ஆனால் நிறைய பேரிடம் சொல்லிவைத்திருக்கிறது. மூவருக்கும் கலாஸி வேலையாவது கிடைத்துவிடும். கூலியாள்.

அன்று அவனை துரை கூப்பிட்டான். இனிமேல் வேலை இல்லை என்று சொல்வதற்குத்தான். அன்றுதான் அவனும் துரையைச் சரியாக முகத்தில் பார்த்தான். துரையும் அவனை நேருக்கு நேர் பார்த்தான்.

“ஸாரி, இந்த மாதக் கடைசியோடு இதை மூடிவிடுகிறோம். நானும் இங்கிலாந்துக்குப் போய் விடுவேன்.”

அவனுக்குத் தைரியம் வந்தது. எப்படியும்தான் வேலை போகப் போகிறது.

“நீங்கள் இந்தியா வந்து எவ்வளவு நாட்கள் ஆகிறது மாஸ்டர்?”

“மாஸ்டர்! நான் மாஸ்டர் இல்லை. வேண்டுமானால் ஸார் என்று கூப்பிடு. உனக்கு என்ன வயதாகிறது?”

“இருபத்து மூன்று.”

"எனக்கு இருபத்து மூன்றுதான்! எங்கே பதினைந்து நாட்கள் காணோம்? நான்தான் உன் சம்பளத்தை வெட்ட வேண்டாம் என்று சொன்னேன்."

"நான் லீவு லெட்டர் அனுப்பித்திருந்தேன் மாஸ்டர்."

"அது என்னவென்றே புரியவில்லை."

"என் அக்காவினுடைய கணவர் இறந்துவிட்டார்."

"அக்கா கணவர் இறந்தால் இரு வாரங்கள் அங்கு இருக்கவேண்டுமா?"

"இல்லை மாஸ்டர், அங்கு போவதற்கே மூன்று நாட்கள் பிடிக்கும். எங்களுக்குப் பதின்மூன்று நாட்கள் வேலை இருக்கும்."

"என்ன வேலை?"

"மந்திரங்கள் சொல்லித் தண்ணீர் விட்டு, பிராமணர்களுக்கு சாப்பாடு போட்டு . . ."

"உங்க அண்ணாவுக்கு என்ன வயது?"

"முப்பத்தெட்டு அல்லது நாற்பது இருக்கும்."

"முப்பத்தெட்டா? என்ன ஆயிற்று? ஏதாவது ஆக்ஸிடெண்ட்டா?"

"இல்லை மாஸ்டர், அவருக்கு சர்க்கரை வியாதி. அவருடைய தம்பி திடீரென்று இறந்துவிட்டார். அதற்காக அண்ணா நிறைய தடவை குளித்தார்."

"தம்பியா?! அப்போது நீ . . ?"

"நான் அந்தத் தம்பிக்குத் தம்பி."

"அப்போது உனக்கு இன்னும் அண்ணாக்கள் கிடையாது."

"மூன்று அக்காக்கள், இரண்டு தம்பிகள்."

"தம்பிகள் எங்கிருக்கிறார்கள்? அவர்கள் சிறு பையன்களா?"

"வளர்ந்தவர்கள். ஒருவன் என்னைவிட ஒரு வயது சிறியவன். அடுத்தவன் அவனைவிட இரண்டு வயது சின்னவன். அவர்கள் என்னுடன்தான் இருக்கிறார்கள்."

"அவர்கள் வேலைக்குப் போகிறார்கள் என்று நினைக்கிறேன்."

"இல்லை மாஸ்டர். அவர்களுக்கு வேலை கிடைக்கவில்லை."

"அவர்கள் பள்ளிக்கூடம் போகவில்லையா?"

“இல்லை மாஸ்டர். நான் எவ்வளவு படித்திருக்கிறேனோ அவ்வளவு அவர்களும் படித்திருக்கிறார்கள்.”

அந்த வெள்ளைக்காரன் ஒரு நிமிடம் யோசித்தான். “நான் ஒரு கடிதம் தருகிறேன். நீங்கள் மூவரும் அவரைப் போய்ப் பாருங்கள்” என்றான்.

“இந்த மாதம் முடிந்த பிறகுதானே?”

“இல்லை இல்லை. நாளைக்கே போய்ப் பார். அந்த மனிதன் அடுத்தவாரமே இங்கிலாந்து போகிறான்.”

இங்கிலாந்து போய்விடப் போகிறவன் என்ன உதவி செய்துவிட முடியும்?

“சந்தேகப்படாதே. கட்டாயம் போய்ப் பார். அவன் அங்கே ரயில்வே போர்டுக்குப் போகிறான். பார்க்கப் போனால் நான்கூட அவனிடம் வேலை கேட்கப் போக வேண்டும். ஆனால் அவனால் வேலை இங்குதான் தர முடியும். எனக்கு இங்கு இருக்க முடியாது.”

அடுத்த நாளே மூவரும் ஒரு கடிதத்தை எடுத்துக் கொண்டு ஊருக்கு வெளியிலிருந்த ஒரு பெரிய பங்களாவுக்குப் போனார்கள். ஏகப்பட்ட மரம், செடி கொடிகள். ஒரு மூலையிலிருந்து உருளைக்கிழங்கு வாசனை போல ஒன்று வீசியது. அங்கு நிச்சயம் பாம்புகள் இருக்கும்.

செக்கச்செவேலென்று உயரமான ஒரு வெள்ளைக்காரன் புகைபிடித்தவண்ணம் கையிலிருந்த சிறு பிரம்பைச் சுழற்றிக் கொண்டிருந்தான். இந்த மூவரைப் பார்த்தவுடன், “ஆண்டனி!” என்று அழைத்தான்.

ஒரு பட்லர் வந்தான். வெள்ளைக்காரன் அவனிடம் இந்த மூவரைக் காண்பித்தான். அவர்களைப் பார்த்து ஆண்டனி கேட்டான், “யார் நீங்க? எதுக்கு வந்தீங்க?”

“துரை அனுப்பிச்சாரு.”

“துரைன்னா . . ? என்ன துரை? யார் துரை?”

அவன் கடிதத்தைக் கொடுத்தான். ஆண்டனி அதைத் தன் துரையிடம் கொடுத்தான். துரை படித்தான். அந்த மூவரையும் ஏற இறங்கப் பார்த்தான்.

“நீங்கள் தலையை மூடிக்கொள்ள வேண்டும்.”

அவர்களுக்குப் புரியாமல் விழித்தார்கள்.

“தலை, தலை” அந்த துரை தலையைக் காட்டினான்.

ஆண்டனி சொன்னான், "தலைமேலே தொப்பி இருக்கணும்ங் கறாரு. அவங்க ஆபீஸ்லே இந்தக் குடுமி, மொட்டைத் தலையெல்லாம் கூடாது."

"தலைப்பா கட்டிக்கலாமா?"

ஆண்டனி துரையிடம் சொன்னான்.

"ரொம்ப சரி, மூணு மணிக்கு மூணுபேரும் என்னை ஆபீஸ்லே பார்க்கச் சொல்லு."

அந்த துரை அந்த சமஸ்தானத்து ராஜா நடத்திய ரயில் கம்பெனியில் ஓர் அதிகாரி.

இப்படித்தான் அந்த மூவரும் ரயில்வேயில் வேலைக்குச் சேர்ந்தார்கள். பெரியவனுக்கு துரை ஆபீஸிலேயே உதவி குமாஸ்தா வேலை. மற்ற இருவரும் வேறு இலாகாக்களில். சின்ன வேலைதான். ஆனால் ரயில்வே வேலை. அவர்கள் பிறந்த ஊரில் நினைத்துப் பார்க்க முடியாதது.

○ ○ ○

ஆற்றில் குளிப்பது எப்படி?

செப்டம்பர் 3, 1939. யுத்தம் வந்துவிட்டது. உலக யுத்தம் வந்துவிட்டது. முந்தைய உலக யுத்தம் நான்காண்டுகள் நீடித்தது. ஐரோப்பாவின் அரசியல் வரைபடத்தை மாற்றித்தான் அந்த யுத்தம் நின்றது. அந்த வரைபடமே இந்த இரண்டாம் உலக யுத்தத்துக்கு வழி வகுத்துவிட்டது. இது எவ்வளவு ஆண்டுகள் நீடிக்கப்போகிறதோ? அரசியல் வரைபடங்கள் யுத்தங்களுக்கு முதற்படிகள்.

அவனுக்கு நான்காம் வகுப்பிலிருந்தே வரைபடங்கள் வரைய வேண்டியிருந்தது. உலகம், நாடு எப்படி வேண்டுமானாலும் இருந்துவிட்டுப் போகட்டும். நிஜாம் சமஸ்தான வரைபடம் சரியாக வரையத் தெரியவேண்டும். அரசு, ஆசிரியர்கள் இருவரும் வரைபடத்துக்கு ஏராளமான முக்கியத்துவம் அளித்தார்கள். எஜமானன் எதை முக்கியமாகக் கருதுகிறானோ அதை ஊழியனும் முக்கியமாகக் கருதவேண்டும்.

எட்ட வைத்துப் பார்த்தால் நிஜாம் சமஸ்தானம் ஒரு முக்கோணமாக அவனுக்குத் தெரிந்தது.

முக்கோணங்களில் மூன்று வகைகள்; எல்லாப் பக்கமும் ஒரே நீளமுடையவை. இரு பக்கங்கள் மட்டும் சமநீளமுடையவை. மூன்று

பக்கங்களும் வெவ்வேறு நீளமுடையவை. நிஜாம் சமஸ்தானம் அப்படிப்பட்ட முக்கோணந்தான். இந்த முக்கோணத்தைச் செங்குத்தாக ஒரு கோடு கொண்டு பிரித்துவிடுவார்கள். ஒன்று மரட்வாடா, மராட்டி மொழி. மற்றது தெலுங்கானா, தெலுங்குமொழி.

ஆனால் நிஜாம் அரசு மூன்றாவது மொழியாக ஒன்று வைத்துக்கொண்டிருந்தது. எல்லா மொழிகளும் – அதாவது அவனறிந்த மொழிகள் – இடமிருந்து வலது பக்கம் சென்றால், நிஜாமின் மொழி வலது பக்கத்திலிருந்து இடது; அந்த மொழிக்கென எண்களும் இருந்தன. நிஜாம் சமஸ்தானத்தில் ஓடிய விசை வண்டிகள் அனைத்துக்கும் இரு மொழிகளிலும் எண்கள் கொண்ட பட்டை. அந்த நாளில் வண்டிப் பட்டைகள் வெறும் எண்கள் மட்டும் கொண்டிருக்கும்.

யுத்தம் ஆரம்பித்த நாள் அவன் தமிழ்நாட்டில் இருந்தான். அன்று அது சென்னை ராஜதானி. அவனுடைய அம்மா, மற்றும் உடன் பிறந்தவர்கள் தஞ்சாவூர் ஜில்லாவில் ஒரு கிராமத்துக்குச் சென்றிருந்தார்கள். அவனுடைய ஊரிலிருந்து சென்னை வரவேண்டுமென்றாலே இரு வெவ்வேறு இரயில் வண்டிகளில் பயணம் செய்ய வேண்டும். சென்னையிலிருந்து மாயவரம் செல்ல ஒரு ரயில். மாயவரத்தில் ரயில் மாறி இன்னொரு ரயில். ஐந்தாறு சிறு ரயில் நிலையங்கள் கடந்து ஒரு சின்னஞ் சிறு நிலையத்தில் இறங்க வேண்டும். அங்கிருந்து ஒரு இரட்டை மாட்டுவண்டி அமர்த்திக்கொண்டு சுமார் இரண்டு மணி நேரம் பயணம் செய்தபிறகு அந்தக் கிராமம் வரும். அந்தக் கிராமத்தில் அவனுடைய அத்தை, அத்தையின் கணவர் இருந்தார்கள். அத்தைக்குக் குழந்தை கிடையாது. ஆனால், அவளுடைய சகோதரர் குழந்தைகள் நான்கைந்து பேராவது அந்த வீட்டில் இருப்பார்கள்.

ஒரு சகோதரன் மகனை அந்த அத்தை மிகவும் ஆசையோடு வளர்த்தாள். அச்சிறுவன் ஒரு வயதிலேயே தந்தையை இழந்தவன். அந்த நாளில் விதவைகள் உடனே பிறந்த வீட்டுக்குப் போய்விடுவார்கள். அங்குதான் சிறிதாவது ஆதரவு கிடைக்கும். அவன் ஆறு ஏழு வயதிருக்கும்போது முறைப்படி சுவீகாரம் எடுத்துக்கொள்ள அத்தையும், கணவரும் தீர்மானித்தார்கள். பையனுடைய அம்மாவையும் வரவழைத்தார்கள். பையனிடம், “உனக்கு அத்தை வேண்டுமா, அம்மா வேண்டுமா?” என்று கேட்டார்கள். பையனுக்கு அவனுடைய பதிலில் அவன் எதிர்காலம் இருந்தது தெரியாது. “எனக்கு அம்மாவும் வேண்டும், அத்தையும் வேண்டும்“ என்றான். சுவீகாரம் நின்றுவிட்டது.

இது நடந்து எழுபது ஆண்டுகள் கழித்து சுவீகாரம் போக இருந்தவன் சொன்னான்: "அத்தையுடனேயே இருந்திருந்தால் நான் வேறுவிதமாக வளர்ந்திருப்பேன். மாமாக்கள் நன்கு படித்தவர்கள். பட்டம் பெற்றவர்கள். ஒருவர் அன்றைய காவல்துறையில் நல்ல பதவி வகித்தவர். ஆனால் அவருடைய மகளுக்குக் காசநோய் வந்துவிட்டது. அன்று காசநோய்க்கு மருந்து இருந்ததாகத் தெரியவில்லை. அந்த ஒரு பெண்ணால் குடும்பத்தின் போக்கே மாறிவிட்டது. அந்தப் பெண்ணுக்காக மாமாவின் குடும்பம் தாம்பரம் அருகே குடியேறியது. அந்த இடமே ஒரு காலத்தில் காசநோய்க் குடியிருப்பு என்று அழைக்கப்பட்டது. அந்தப் பெண்ணுக்காக அந்தக் குடும்பந்தான் எவ்வளவு தியாகங்கள் புரிந்தது? இருபத்தைந்தாவது வயதில் அவள் கடைசி மூச்சை விட்டாள். காசநோய் பெண்ணுக்குத் திருமணம் ஏது? அன்று பெண்கள் பிறவி அடிமைகள்; ஆண்கள் நலனுக்குக் கீழ்ப்பணிந்தே இருக்க வேண்டும் என்று கூறுவார்கள். ஆனால் அந்தப் பெண்கள் சாபமிடுவார்கள் என்று இன்று உணர முடிகிறது. பெண் சாபம் வீண் போவதில்லை. பெண்ணின் கண்ணீர் விபரீத விளைவுகள் ஏற்படுத்தாது உலர்ந்ததில்லை."

எப்படியோ அத்தையின் ஒரு சகோதரனின் இரண்டாவது மகனுக்கு சுவீகாரம் போக வாய்ப்பு தவறிவிட்டது. அவனுடைய அம்மா முழுக்க முழுக்கப் பிறந்த வீட்டை நம்பி வாழ்ந்து, தன் இரு மகன்களையும் வளர்க்க வேண்டியிருந்தது. அவளா வளர்த்தாள்? அவள்தான் என்ன செய்ய முடியும்? மூத்த மகன் ஓர் அனாதை ஆசிரமத்தில் சேர்க்கப்பட்டு, அந்த ஆசிரமத்தின் பிரார்த்தனை சுலோகங்களுடன் பிரார்த்தனைப் பாடல்களுடன் அவனுடைய பாடத்தையும் படித்துப் பத்தாவது முடித்துவிட்டான். நூறு ரூபாய் கிடைத்தால்கூடக் கல்லூரியில் சேர்ந்துவிடலாம். இல்லை. முடியாது. ஆதலால் மெக்கானிக் வகுப்பில் சேர்ந்தான். மூன்றாண்டுகள் படித்துப் பயிற்சிபெற்றால் அவன் இயந்திரங்களைச் சரிபார்க்கலாம் என்ற அனுமதி கொண்ட சான்றிதழ் பெறலாம். அதற்குள் ஒரு சிறு விபத்து நேர்ந்தது.

ஒரு மாமா காசநோய்ப் பெண்ணோடு அவள் வாழ்க்கையை நீட்டிக்கப் போராடிக் கொண்டிருந்தார். இன்னொரு மாமா ஏழு பெண்களைப் பெற்றுக்கொண்டு ஒரு நிரந்தர வேலையில்லாமல் தவித்துக் கொண்டிருந்தார். அவர் எப்படியோ பட்டப்படிப்பு முடித்திருந்தார். ஆதலால் ஆசிரியர் வேலைக்குப் போகலாம்; ஆசிரியர் வேலைக்குத்தான் போக வேண்டும். எப்போதும் சிரித்த முகத்துடன் இருந்த அவருக்கு அவர் குடும்பமும் சிரித்திருக்கக் கூடியபடி ஒரு வேலை கிடைக்கவில்லை.

சென்னை ராஜதானியிலேயே குறைந்தது இருபது சின்னச் சின்னக் கல்லூரிகளில் ஓராண்டு இரண்டாண்டுகளாகப் பணி பார்த்தார். விளைவு – ஒரு விளைவு – ஒரு குழந்தையும் ஒழுங்காகப் பள்ளிக்குப் போக முடியவில்லை. அப்பாவோ நல்ல ஆசிரியர். ஆனால் பெண்கள் யாருக்கும் ஒரு மொழியும் ஒரு பாடமும் ஒழுங்காகத் தெரியாது.

காலம் நிற்பதில்லை. மூத்த மகளுக்குப் பதினைந்து வயது. அந்த நாளில் அந்த வயதே திருமணமாகாதிருப்பதற்கு மிகவும் அதிக வயது என்பார்கள். ஜாதகம் பார்த்து, பிள்ளை வீட்டாரிடம் பேசி, பெண் பார்க்க அழைத்து வந்தனர். வந்தவர்கள் எடுத்த எடுப்பிலேயே பெண் கறுப்பு என்று சொல்லிவிட்டுப் போய்விட்டார்கள்.

குடும்பமே இடி விழுந்தது போலாயிற்று என்று சொல்வது மிகை. பதினைந்து வயதுப் பெண்ணுக்கோ விஷயம் புரியாது. ஏதோ பெற்றோர்கள் கவலைப்படுகிறார்கள் என்பது மட்டும் தெரியும். பெற்றோரின் கவலை பெண் கறுப்பு என்று பெயர் சூட்டப்பட்டு விட்டதால் இனி வேறு இடமே பார்க்க முடியாது. பெண் கறுப்பு என்று யாருமே பேச்சு வார்த்தையை வளரவிடமாட்டார்கள். இம்மாதிரிச் சூழ்நிலையில் வேண்டாம் என்று சொல்வதற்கு ஒரு வாக்கியம் உண்டு: ‘ஜாதகம் பொருந்தவில்லை.’

“எங்கள் ஜோசியர் பொருந்தியிருக்கு என்று சொன்னாரே?”

“யார் உங்கள் ஜோசியர்?”

“எங்கள் சித்தப்பாதான். அவருக்கு ஜோசியம் நன்றாகப் பார்க்கத் தெரியும்.”

“சித்தப்பாவா? அதான் அப்படிச் சொல்லியிருக்கிறார். எப்படியாவது உங்கள் கறுப்புப் பொண்ணை யார் தலையிலாவது கட்டிவிடலாம் என்று சொல்லியிருக்கிறார். எங்களுக்கு ஜாதகம் பொருந்தவில்லை.”

மாமா வீட்டில் ஒரே சோகம். மாமி இரு நாட்களுக்குச் சாப்பிடவில்லை. எந்த நேரத்திலும் சிரித்த முகமாக இருக்கும் மாமாவுக்குக்கூடச் சிரிப்பது கடினமாக இருந்தது.

அப்போதுதான் விதவை சகோதரி நினைவு வந்தது. அவளுக்குப் பிள்ளை இருக்கிறானே? ஒரு வயது வித்தியாசம் இருக்கும். அதனாலென்ன? மாமாவின் முகத்தில் புன்னகை வந்துவிட்டது.

சகோதரி அப்போது கிராமத்தில் அம்மாவுடன் இருந்தாள். அந்தக் குடும்பத்தில் அவள் ஒருத்திதான் சிவப்பு. குங்குமம் போன்ற

சிவப்பு. பதினேழே வயதில் தலை மொட்டை அடிக்கப்பட்டு உடுத்த நார்மடி. அவள் தலையை மழித்தவருக்குக்கூட அழுகை வந்திருக்கும்.

மாமா உடனே கிராமத்துக்குப் போனார். அந்தக் கிராமத்தில் பாதி தமிழ், பாதி மலையாளம். விதவைகளுக்கு மொழியில்லை. "ராகவனுக்குப் பதினாறு வயசாச்சே, கல்யாணம் செய்ய வேண்டாம்?"

"இன்னும் பூணூலே போடவில்லையே?"

"அதனாலென்ன, முதல்நாள் பூணூல் போட்டுடலாம்."

"நீங்களெல்லாம் சொன்னால் சரிதான்."

"ஆவணி மூணாந்தேதி நாலாந்தேதி இரண்டும் நன்னாயிருக்கு."

"பொண்ணு யார்?"

"யாரென்ன? பார்வதிதான்."

சகோதரி பேசவில்லை. அவள் அவ்வளவு பேசியதே அதிகம்தான்.

அனாதை மடத்தில் இருந்துகொண்டு மெக்கானிக்கல் பயிற்சி படித்துக்கொண்டிருந்தவனுக்குக் கல்யாணம். அவன் செக்கச் செவேலென்று அவன் அம்மா நிறத்தைக் கொண்டிருந்தான். இருந்தாலென்ன? எல்லாச் சிவப்புப் பையன்களும் சிவப்புப்பெண்களையே கல்யாணம் செய்து கொண்டிருந்தால் கறுப்புப்பெண்களுக்கு எப்படிக் கல்யாணம் நடக்கும்?

அந்தச் சிவப்பு அண்ணாவும் அத்தை – அத்திம்பேர் சஷ்டியப்த பூர்த்திக்கு அந்த தஞ்சாவூர் கிராமத்துக்கு வந்திருந்தான். இவன் அவனைப் பார்த்ததே இல்லை. ஆனால் முதன்முறையாகப் பார்த்தபோதே இருவருக்கும் மிகவும் பிடித்துவிட்டது. இவன் சிறுவன். எட்டு வயதுதான் ஆகியிருந்தது. அண்ணாவுக்கு இருபத்தைந்து வயதுகூட இருக்கும்.

அந்த வீட்டில் எவ்வளவு பேர் கூடியிருப்பார்கள்? இருபது? முப்பது? நாற்பது பேர்கூட இருக்கும். அத்தையின் சகோதரர்கள் உயிரோடிருந்தவர்கள் எல்லாரும் வந்திருந்தார்கள். ஒன்றுவிட்ட சகோதரர்கள், அவர்கள் குடும்பங்களும் வந்திருந்தார்கள். அத்தையின் கணவர் சகோதரிகள், சகோதரர்கள் வந்திருந்தார்கள். இப்படியொரு ஒற்றுமையா? அவருடைய சகோதர சகோதரிகளுக்கும் குழந்தைப் பாக்கியம் கிடையாது.

எல்லாரும் சேர்ந்து ஐம்பது அறுபது பேர்கூட இருப்பார்கள். ஒரு ரேழி, ஒரு காமிரா அறை, முற்றம், இரண்டாம் கட்டில் ஓர் அறையும் சமையற்கட்டும்; கொல்லையில் மாடுகள், மூங்கில் ஏற்றம் கொண்ட கிணறு, காடாக மண்டியிருந்த கொல்லைப்புறம். அந்தக் காடுதான் பெண்களுக்கான கழிப்பிடம். சமையலறையில் பெரிய பெண்மணிகள் அவ்வளவு பேரும் குறுகிக்கொண்டு சுருக்கிக்கொண்டு நான்கைந்து மணிநேரம் தூங்கினார்கள். மிகுதி நேரமெல்லாம் சமைத்துக்கொண்டேயிருந்தார்கள். பந்தி பந்தியாக உணவு பரிமாறிக் கொண்டிருந்தார்கள்.

காலையில் சிறிது வெயிலேறியவுடன் சித்தப்பாக்கள், “வாங்கடா பசங்களா,” என்று சொல்லி சஷ்டியப்தபூர்த்திக்குக் கூடியவர்களில் சிறியவர்களாக உள்ள எல்லாரையும் சேர்த்துக் கொண்டு வெளியே போனார்கள். சிறிது திறந்தவெளி; அப்புறம் வேலிகள்; வேலிகள் நடுவில் சிறு பாதை; காலில் குத்திய முள்களைப் பிடுங்கி எறிந்துவிட்டபடி எல்லாரும் ஊர்வலமாகப் போனார்கள். சித்தப்பாக்களுக்கும், பையன்களுக்கும்தான் பேச எவ்வளவு இருந்தது? திடீரென்று ஒரு சித்தப்பா புதர்களுக்கிடையில் மறைந்துவிடுவார். அவர் மீண்டும் ஊர்வலத்தில் சேர்ந்துகொள்ளும்போது இன்னொரு சித்தப்பா வேறொரு இடத்தில் மறைந்துவிடுவார். முதலில் அவனுக்குப் புரியவில்லை. ஆனால் அவனோ ஒருமுறை புதர்களுக்கிடையில் போனபோது தெரிந்தது. அந்தப் புதர்தான் ஆண்களுக்குக் கழிப்பிடம்.

சிவப்பு அண்ணாவுக்கு பதில் சொல்லியே மாளவில்லை. அப்பா இல்லாமல் அனாதை மடத்தில் இருந்து படித்து மெக்கானிக்கல் பயிற்சி பெற்று பம்பாய்க்குச் சென்று அந்தக் குடும்பத்திலேயே மிகவும் வெற்றிபெற்றவனாக இருந்தான். அவனுடைய அப்பாதான் அந்தக் குடும்பத்தில் இரண்டாவது. மூத்தவரும் அற்பாயுளில் போய்விட்டார். ஆதலால் அவனுக்கு எல்லாரும் சித்தப்பாக்கள்தான். மூத்தவரின் இரு மகன்களில் ஒருவன் அவனுக்குப் பெரியவன். ஆதலால் மற்ற பையன்கள் எல்லாரும் அவனுக்குத் தம்பிகள். சிவப்பு அண்ணா என்பதை விட பம்பாய் அண்ணா என்று சொல்வதுதான் சரி.

பம்பாய் அண்ணா சித்தப்பாக்களுக்குப் பரிசுகள் கொண்டு வந்திருந்தான் என்று அவனுக்குத் தெரியாது. அவன் பரிசுகளால் சித்தப்பாக்கள் அவனைச் சுற்றி வரும்படி செய்திருந்தான். வேண்டுமென்று இல்லை.

இப்போது எல்லோருமாக ஆற்றங்கரைக்குச் சென்றார்கள். ஆண்கள் ஆற்றங்கரைக்குப் போவது குளிப்பதற்கு மட்டும்தான்

என்றில்லை. அதை உள்ளும் புறமும் அழுக்கு நீக்குவதற்கு என்று சொல்லலாம். உடனே ஔவையார் அவர்களுக்கு மருந்துகள் எதற்கு என்று சொல்லக்கூடும். ஆனால் அந்தக் குடும்பத்தின் பிள்ளைகள் – அவனுடைய அப்பா உட்பட – யாரும் ஐம்பத்தைந்து வயதைத் தாண்டவில்லை. ஆற்றங்கரைக்குப் போன சித்தப்பாக்களுக்கு சர்க்கரை, மகோதரம், விரைவீக்கம் எனப் பல உபாதைகள் இருந்தன. அவனுக்கு அந்தப் பரம்பரையே மறைந்த பிறகுதான் தெரிந்தது.

மணல், மணல். அவன் மணலில் ஓடினான். அவ்வளவு மணல் அவன் பார்த்ததே இல்லை. அவனுடைய ஊரில் எங்கு பார்த்தாலும் சிவப்பு மண்ணாகத்தான் இருக்கும். இங்கே மணலில் கையினால் குழி தோண்டினால் அதில் உடனே தண்ணீர் பெருகியது. எட்டிப் பிடிக்கும் தூரத்தில் ஆறு தூங்கும் தெய்வமாக அசைவற்று இருந்தது.

"தண்ணியிலே தடால்னு இறங்கிடாதே" என்று பம்பாய் அண்ணா சொன்னான். சிறுவர்கள் அரை டிராயர். பெரியவர்கள் கோவணத்தின் மீது துண்டு. பம்பாய் அண்ணா அவன் இடுப்பையொட்டிய உடை அணிந்திருந்தான். அதன் மீது வெள்ளை வெளேரென்ற வேட்டி.

"முதல்லே தண்ணியிலே உக்காந்துக்கோ. நீ உக்காந் திருக்கப்பவே தண்ணீ கழுத்து மேலே வரக்கூடாது. அப்புறம் மொள்ளத்தான் எழுந்து நிக்கணும்."

அவன் அவதிப்படவில்லை. ஆனால் இதர சிறுவர்கள் மண்ணில் கால் புதைந்து நிலை தடுமாறி மூச்சுமுட்டத் தண்ணீரில் விழுந்து எழுந்து மீண்டும் விழுந்து கண்ணையும், வாயையும் அகலத் திறந்து, ஐயோ அப்பா என்றார்கள். நடுநடுங்கினார்கள்.

ஆற்றுத் தண்ணீர் பழகிய பிறகு அதைப்போலப் பரிசு இருக்கவே முடியாது போலத் தோன்றியது. அவன் அந்தக் கிராமத்தில் இருந்த ஒரு மாதமும் அந்த ஆறு அவனுக்கு ஏதேதோ கதைகள் கூறியது. ஒருமுறை ஆற்று நடுப்பகுதிக்கு வாவென்று அழைத்தது. யாரோ அந்தக் கிராமத்தவர் அவன் தலைமயிரைப் பிடித்து இழுத்து எடுத்துப் போட்டார். அவன் அம்மாவிடம் அதைச் சொல்லவில்லை. சொன்னால் அவன் இன்னொரு முறை ஆற்றங்கரைக்குப் போக முடியாது. அந்தக் கிராமத்தவரும் அத்தை வீட்டுக்குப் பழக்கமானவர். ஆனால் ஏகப்பட்ட குழந்தைகள் நடுவில் அவனை அவருக்கு அடையாளம் தெரியவில்லை. யாரோ பையன் ஆற்றோடு போக இருந்தான் என்று மட்டும் சொன்னார். நல்லதாகப் போயிற்று.

ஆற்றுத் தண்ணீர் ருசியும் வாசனையும் அதுவரை அவனறியாததாக இருந்தது. அவன் ஊரில் எல்லாரும் குழாயில் தண்ணீர் பிடித்துக் குடிப்பார்கள், உணவு தயாரிப்பார்கள், குளிப்பார்கள், பாத்திரம் மற்றும் துணிமணி சுத்தம் செய்வார்கள். தண்ணீரின் இயல்பைப் பள்ளியில் பாடமாகச் சொல்லிக் கொடுக்கும்போது அது நிறமற்றது, ருசியற்றது, வாசனையற்றது என்றுதான் சொன்னார்கள். ஆனால் அது உண்மையல்ல. பல பாடங்கள் உண்மையல்ல.

சஷ்டியப்த பூர்த்தி முடிந்த நாளே பம்பாய் அண்ணா ஊர் திரும்பிச் சென்றுவிட்டான். சித்தப்பாக்களின் பரபரப்பு மிகவும் அடங்கிவிட்டது. ஏனோ சித்தப்பாக்கள்அவனுடைய அப்பா பற்றியே எப்போதும் ரகசியம் பேசிக்கொண்டிருந்ததாக அவனுக்குத் தோன்றிற்று.

அப்பா சஷ்டியப்த பூர்த்திக்கு முதல் நாள்தான் அங்கு வந்து சேர்ந்தார். வேலை பெரிதாக இல்லாவிட்டாலும் ஏகப்பட்ட அதிகாரிகளுக்குப் பதில் சொல்ல வேண்டும். ஜி.எம்., டன்லப் துரை, பர்னட் துரை, சீஃப் கிளார்க் ரகோபராவ், ஹெட் கிளார்க் கேசவராவ். இதில் அவனுக்குத் தெரிந்து கேசவராவுக்கு இரு மனைவிகள். அது அவனுக்குத் தெரியவந்தது ஒரு தனிக் கதை. உலகத்தில்தான் ஒருவரைச் சுற்றி எவ்வளவு கதைகள்! கதைகளுக்கு முடிவே இல்லை. மேலும் எந்தக் கதையும் பூரணமான கதையல்ல.

அப்பாவுக்கு வேண்டாதவர்கள் என்று யாரும் கிடையாது. அப்பாவுக்குக் காலை ஒன்பது மணிக்கு உணவுக்காகத் தட்டு போடவேண்டும். அது தாமதமானால் மட்டுமே அப்பா சத்தம் போடுவார். சத்தம் போடுவதெல்லாம் அம்மாதான். அப்பாவைப் பற்றிச் சித்தப்பாக்கள் ரகசியம் பேசிக்கொள்வதுகூட அம்மாவால்தான் ஏற்பட்டிருக்க வேண்டும். சஷ்டியப்தபூர்த்தி என்று கிராமத்துக்குப் பத்து நாட்கள் முன்னதாகவே வந்தாயிற்று. வந்ததிலிருந்து அம்மா பேசிக்கொண்டேயிருந்தாள். ஓரகத்திகளை, “பாத்திரத்தை அப்படித் தூக்காதே, கீழே போட்டுவிடுவாய்,” “வெண்டைக்காயைப் பாத்து நறுக்கு, கையை வெட்டிக்கொண்டு நிற்காதே,” “எம்புடவை மேலே ஏன் உன் புடவையையும் உலரப் போட்டே? உன்னுது அருவியா சாயம் போறது ...” முடிவே இல்லை. எல்லாருக்கும் நிறையக் குழந்தை குட்டிகள்; எல்லாரும் வருடக்கணக்காகக் குடும்பம் நடத்தி வருகிறார்கள்; வெண்டைக்காய் நறுக்குவதற்கும், துணி உலர்த்துவதற்கும் அவர்களுக்குத் தெரியாதா? அவன் சிறுவனாக இருந்தபோது தெரியவில்லை. ஆனால் அவன் பெரியவனாகி, அப்பா அம்மா இருவரையும் இழந்துவிட்டபோது ஊரிலெல்லாம்

எல்லாரிடமும் சிரித்துப் பேசிக்கொண்டிருந்த அப்பா, வீட்டில் மட்டும் எப்போதும் மௌனமாக இருந்தார். சத்தம் போடுவது சாப்பிட இலை போட நேரமாகிவிட்டால்தான்.

அத்தை வீட்டு சஷ்டியப்த பூர்த்திக்கு அப்பா முதல்நாள் வந்து அது முடிந்து மேலும் இரு நாட்கள் இருந்தார். சித்தப்பாக்களுடைய உரத்த பேச்சுவார்த்தை தணிந்திருந்தது. பம்பாய் அண்ணா பற்றிய ஒரு முக்கிய தகவல் எந்தச் சித்தப்பாவிடமிருந்தும் வரவில்லை. அப்பாதான் அவனிடம் வருத்தம் கலந்த குரலுடன் சொன்னார்.

பம்பாய் அண்ணா

பதினாறு பேர் கொண்ட அந்தச் சகோதர சகோதரிகள் குடும்பத்தில் பம்பாய் அண்ணாவின் அப்பா மட்டும்தான் பட்டப்படிப்பு படிக்க முடிந்தது. நல்ல கறுப்பு, கறுப்பு, மாநிறம் என்றிருந்த குடும்பத்தில் அவர் ஒருவர் தப்பித் தவறிச் சிவப்பாகப் பிறந்துவிட்டார். குடும்பத்தில் இரண்டாவது குழந்தை. மூத்தவர் பத்தாவதோடு படிப்பு முடித்துவிட்டு ஒரு வேலையிலும் சேர்ந்துவிட்டார். பம்பாய் அண்ணாவின் அப்பாவுக்குப் படிப்பு நன்றாக வந்தது. ஒரு வகுப்பிலும் தேர்ச்சி பெறாது நின்றுவிடவில்லை. பத்தாவது முடித்த பின் ஐம்பது மைல் தள்ளியுள்ள கல்லூரியில் எஃப்.ஏ. வகுப்பில் மிக எளிதாக இடம் கிடைத்தது. அந்த ஊரில் ஒரு வீட்டில் மாதம் மூன்று ரூபாய்க்கு இரண்டு வேளை உணவுக்கு ஏற்பாடு செய்யப்பட்டது. இதெல்லாம் அன்று வீட்டுப்பெரியவர், மூத்த மகன் இருவரும் வேலைக்குப் போய்க்கொண்டிருந்ததால். பம்பாய் அண்ணாவின் அப்பா அந்தப் பக்கம் இந்தப் பக்கம் பார்க்கமாட்டார் என்பார்கள். கல்லூரியில் இதர மாணவர்கள் வெற்றிலை பாக்குப் புகையிலை சுவைத்துக்கொண்டு மாலையிலும் இரவிலும் வடக்குத் தெருச் சந்துகைளச் சுற்றிச் சுற்றி வந்தபோது அவர் மட்டும் தானுண்டு, படிப்புண்டு என்றிருந்தார். எஃப்.ஏ. முடிந்தது. பின்னர் பி.ஏ. அப்போது அப்பா போய்விட்டார். மூன்று பெண்களில் ஒருத்திக்கு மட்டும் திருமணம் செய்திருந்தார். அதுதான் சஷ்டியப்தபூர்த்தி அத்தை. அதற்குப் பின் அந்த வீட்டில் சஷ்டியப்தபூர்த்தி என்று நடந்ததே இல்லை.

பம்பாய் அண்ணாவின் அப்பா கடைசியாக வாரச் சாப்பாடு சாப்பிட்டுத்தான் பி.ஏ. முடித்தார். வாரச் சாப்பாடு என்றால் வாரம் ஒருமுறை ஒரு வீட்டில் உணவு. அவர்கள் இலை போடும்போது காத்திருந்து சாப்பிட வேண்டும். அநேக நாட்களில்

காலை உணவே இல்லாமல் அவர் கல்லூரிக்குச் சென்றிருக்கிறார். அதற்கும் வசவு கிடைக்கும். “எம்ப்பா உனக்குன்னு சமைச்சு வைச்ச சாதத்தை யார் தலையிலே கட்டறது?”

பி.ஏ. முடிந்தது. முடிவுகளும் வந்தன. மூன்று பாகங்கள் கொண்ட பட்ட இறுதிப் பரிட்சையில் இரண்டில் முதல் வகுப்பு. ஒன்றில் இரண்டாம் வகுப்பு. ஊர் திரும்பியாயிற்று.

குடும்பம் தடுமாறிக்கொண்டிருந்தது. எப்போதும் யாரையாவது குறை கூறிக்கொண்டிருக்கும் விதவைத் தாயார். அம்மா எது சொன்னாலும் எதிர்த்துப் பேசும் இரு சகோதரிகள், பள்ளிக்குப் போகக்கூடிய வயதில் இருந்த சகோதரர்கள் பாதி நேரம் பள்ளி, பாதி நேரம் ஊர் சுற்றல் என இருந்தார்கள். அப்பா விட்டுப்போனது என்பது அந்த ஓட்டை இரண்டு கட்டு வீடுதான். துளி நிலம். அதில் குத்தகைக்காரர் கொடுத்த நெல்லைக் கணக்குப் பார்த்து வாங்கக்கூட யாருக்கும் சாமர்த்தியம் போதாது. இதன் நடுவில் பி.ஏ. படித்தும் வேலை கிடைக்காத பிள்ளை.

மூத்த அண்ணாவின் பதவிக்குக் குமாஸ்தா என்றுதான் பெயர். பிரிட்டிஷ் அரசாங்கக் குமாஸ்தா. ஆனால் அதிகாரியின் வீட்டு வேலை அனைத்தையும் கவனித்துக்கொள்பவன். அதிகாரி பாலக்காட்டுக்காரர். அந்த ஊர்க்காரர்களைப் புரிந்துகொள்ள முடியவில்லை. அவர்கள் கோபமாக இருக்கிறார்களா சௌஜன்யமாக இருக்கிறார்களா என்று கூற முடியாது. இதெல்லாமும் தஞ்சாவூர்க்காரர்களாக நினைத்துக் கொள்வது. பாலக்காட்டுக்காரர்கள் பேசும்போது எழும் துவனி சற்று வித்தியாசமானது. அவர்கள் இடையினத்தில் முடியும் சொற்களைப் பூரணமாக உச்சரிப்பார்கள். தஞ்சாவூர்க்காரர்கள் இடையினத்தை விழுங்கிவிடுவார்கள்.

மூத்த அண்ணாவுக்கு மட்டும் அப்படி என்ன வயதாகி விட்டது? இருபத்தேழு இருபத்தெட்டு இருக்கும். அதற்கு முன் மணமாகி மனைவி காய்ச்சல் வந்து இறந்துபோக இரண்டாம் கல்யாணம். அவளுக்கு முதல் வருஷத்தில் பெண் பிறந்தது. ஓராண்டு முடிவதற்குள் செத்துவிட்டது. அடுத்தது பிள்ளை. எப்போதும் மரச்சொப்பு போல ஒரே இடத்தில் உட்கார்ந்திருக்கும். மூத்த அண்ணாவுக்கு சர்க்கார் உத்தியோகம் என்றால்கூட வீட்டில் எப்போதும் செலவுக்கு இழுபறிதான். அம்மா வைதுகொண்டிருப்பாள். சகோதரிகள் சண்டை போட்டுக் கொண்டிருப்பார்கள். தம்பிகள் தத்தாரிகளாக ஊர்சுற்றிக்கொண்டிருப்பார்கள். ஒழுங்காகப் படித்துப் பட்டமும் பெற்ற சகோதரனுக்கு உத்தியோகம் கிடைக்கவில்லை.

ஒரு நாள் மூத்த அண்ணாவை அவருடைய அதிகாரி வித்தியாசமாக ஒரு கேள்வி கேட்டார். "ஏண்டா உனக்குத் தெரிஞ்ச பையன் நல்லவனா ஒழுங்காக இருப்பவனாக யாரையாவது தெரியுமா?"

வீட்டில் பத்துப் பாத்திரம் தேய்ப்பது தவிர இதர வேலையெல்லாம் செய்துகொண்டிருந்த அண்ணாவுக்கு முதலில் கேள்வியே புரியவில்லை.

எந்தக் காலத்தில் எந்தப் பையன் ஒழுங்கா இருந்தான்? எவன் நல்லவனாக இருந்தான்? இந்த அதிகாரிக்கு எதற்கு அப்படியொரு பையன் வேண்டும்? இவருக்குத்தான் இரண்டு கல்யாணம் செய்துகொண்டும் குழந்தை குட்டியே கிடையாதே?

"என் தங்கை பொண்ணுக்கு பதினொண்ணு முடிச்சுடுத்து. அவளுக்குத்தான்."

"நீங்க தேடப்போனா உங்களுக்குக் கிடைக்காமலா?"

"இல்லேடா. அப்படி இல்லை. அத்தனைக்கும் பொண்ணு கிளியாட்டமா இருப்பாள். குங்குமப்பூ கலர் இருப்பாள். ஆனால் ஆறு மாசமாத் தேடுறோம். கிடைக்கலை."

"உங்க தங்கை பொண்ணுன்னு சொன்னா கிடைக்காதா சார்?"

"பொண்ணுக்கு நக்ஷத்திரம் மூலம்."

சிறிது நேரம் மௌனம். மூத்த அண்ணா சொன்னார்: "ஒரு பையன் இருக்கான். வேலை கிடைச்சால்தான் கல்யாணம்னு சொல்லிட்டான்."

"ஏன் கிடைக்கலை? என்ன படிச்சிருக்கான்?"

"பி.ஏ."

"பி.ஏ.யா? பி.ஏ. படிச்சுட்டா வேலை கிடைக்கலைன்னான்?"

"கிடைக்கலியே?"

"உனக்கு அவன் குலம் கோத்திரம் தெரியுமா? நல்ல பையன்தானா?"

"தெரியும். எங்க குடும்பத்திலேயே அக்கப்போர் பேசாத பையன் அவன்தான்."

"உன் குடும்பமா?"

"ஆமாம்."

"யாரு பையன்?"

"என் தம்பி."

"ஏண்டா, உன் தம்பியைப் பத்தியா ஏதோ வேத்தாள் மாதிரி பேசுகிறாய்?"

"ஆமாம். சாது."

"உன் மாதிரி மக்கு இல்லையே?"

"அவனே வாரச் சாப்பாடு சாப்பிட்டு பி.ஏ. பாஸ் பண்ணினான்."

"ஏண்டா, எங்கிட்டே முன்னமேயே சொல்லலை? நான் வேலை வாங்கிக் கொடுத்திருப்பேனே? சப் இன்ஸ்பெக்டர் வேலையே வாங்கிக் கொடுத்திருப்பேனே?"

"எனக்குத் தோணலை."

"நீ மக்குதானே, எங்கிட்டே வேலை பாக்கிற மாதிரிதான் வீட்டிலும் இருப்பாய்."

மூத்த அண்ணா பதில் சொல்லவில்லை.

அதிகாரி கேட்டார், "எங்க வீட்டுப்பொண்ணுக்கு மூல நட்சத்திரம்."

"எங்க அம்மாவும் மூலையிலேதானே இருக்கா?"

"இது சொல்லத் தெரியறது. தம்பியைப் பாத்துக்கத் தெரியலே. அவனை சாயங்காலம் வீட்டுக்கு அழைத்துக் கொண்டுவா."

"சரி, சார்."

மூத்த அண்ணா நகரத் தொடங்கினார். "டேய் சாயங்காலம் எதுக்கடா? இப்பவே அழைச்சுண்டு வா."

"இப்பவேயா?"

"ஆமாம், நீ என்ன வேலை செஞ்சு குவிக்கிறாய்? உடனே போய் அழைச்சுண்டு வா."

"சரி, சார்."

"ஏண்டா, அவனுக்கு கண்ணு, காது எல்லாம் சரியாயிருக்குமோல்லியோ?"

மூத்த அண்ணாவுக்கு அழுகை வந்துவிட்டது. "எங்க வீட்டிலே அவன்தான் சேப்பு சார், செக்கச்செவேல்னு இருப்பான். உசரமா இருப்பான். ஆனா அதிர்ஷ்டம் இல்லை சார்."

“அதிர்ஷ்டம் வந்துடுத்து. போய் அழைத்துக்கொண்டு வா.”

இப்படித்தான் பம்பாய் அண்ணாவின் அப்பா சாம்பசிவனுக்கு வேலையும் கிடைத்தது; கல்யாணமும் ஆயிற்று. அம்மாவுக்குச் சுத்தமாகப் பிடிக்கவில்லை. ‘பாலக்காட்டுப் பொண்களெல்லாம் ராட்சசிகள். புருஷனுக்கு மந்திரம். வசியம் வைச்சு குட்டிச்சுவராக்கிடுவா’ என்று இன்னும் ஏதேதோ சொல்லிக்கொண்டிருந்தாள். மூத்த அண்ணாவுக்கு அவள் ஏசுவது யார் காதிலும் விழுந்துவிடக்கூடாதே என்றிருந்தது. ஏதோ பேச்சுக்குத்தான் அம்மா மூலையில் தள்ளப்பட்டவள் தவிர எல்லாவற்றிலும் தலையிட்டாள். இரண்டு வெந்நீர் அண்டா, மூன்று வெண்கலப் பானை, பதினைந்து சவரன் காசு மாலை... அம்மாவின் பட்டியலும் ஏச்சுப் பேச்சும் நீண்டுகொண்டே போயின. பெண் வீட்டார் பையன் வீட்டில் வைக்க இடமில்லாதபடி பாத்திரம் பண்டங்கள் தந்தார்கள். பெண் நிஜமாகவே கிளியாக இருந்தாள். வாயே திறக்காமல், தலையை நிமிர்த்தாமல் கல்யாணம் நடந்த நான்கு நாட்களும் இருந்தாள். கல்யாணம் பாலக்காட்டில்தான். சம்பந்திகள் நிறையப் பேசினதுபோல இருந்தாலும் இரு தரப்பினருக்கும் பாதிப்பேச்சு புரியவில்லை. மூத்த அண்ணாவை எல்லாரும் மோழை மோழை என்பார்கள். ஆனால் அந்த மோழை தம்பிக்குக் கல்யாணம் நடத்தி உத்தியோகமும் வாங்கிக் கொடுத்துவிட்டது! அந்த மோழைக்குத்தான் தெளிவாகத் தெரிந்தது; இரு தரப்பினரும் பேசினது தமிழ்தான். ஆனால் தமிழையும் இவ்வளவு வித்தியாசமாகப் பேசலாம்.

பம்பாய் அண்ணாவின் அப்பாவை இப்போது எல்லாரும் கொடுத்து வைத்தவன் என்றார்கள். அவர் எவ்வளவு கொடுத்து வைத்தார் என்று அன்று யாருக்கும் தெரிய வாய்ப்பில்லை. கல்யாணம் ஆன இரண்டாம் வருடம் ஒரு பிள்ளை பிறந்தது. ஓய்ச்சல் ஒழிவு இல்லாமல் வைதுகொண்டே இருந்த அம்மா தாத்தா பெயர் வைக்க வேண்டும் என்றாள். அதுதான் சம்பிரதாயம். அந்த ஒரு விஷயத்தில் அவள் சரியானதுக்குத்தான் வைதாள். அனால் குழந்தைக்கு அதன் அம்மாவின் அப்பா பெயர் வைத்தது. கைப்பிள்ளைக்காரி என்றுகூடப் பார்க்காமல் அம்மா மருமகளைப் பாடாகப் படுத்தினாள். அடுத்த ஆண்டு இன்னொரு பிள்ளை.

பம்பாய் அண்ணாவின் அப்பாவுக்கு அதிர்ஷ்டம் போய்விட்டது. அவர் பொறுப்பிலிருந்த காவல் நிலையத்திலிருந்து இரண்டு கைவிலங்குகள், துப்பாக்கிச்சனியன் என்று சொல்லும் பாயெனட்டுகள் இரண்டு, இரண்டு பூட்டுகள் காணாமல் போய்விட்டன. சப் இன்ஸ்பெக்டருக்குத் தற்காலிக

வேலைநிறுத்தம். இருபது மைல் தள்ளியிருந்த ஒரு பழைய இரும்பு வியாபாரியிடம் பூட்டுகள் இருந்தது தெரியவந்தது. சப் இன்ஸ்பெக்டர் எதை எதைத்திருடி பழைய இரும்புச் சாமான் வியாபாரிகளிடம் விற்கிறாரோ?

மூத்த அண்ணாவுக்கு அதிகாரியிடம் வசவு. தம்பி மீது வந்த புகார்களால் அவர் கண்ணிழந்தவரானார். தம்பி வீட்டில் ஓர் இருட்டு மூலையில் கூரையைப் பார்த்தபடியே நாளெல்லாம் உட்கார்ந்திருந்தான். முதல்பிள்ளை ராகவன் அவனிடம் தவழ்ந்து வருவதுகூட அவனுக்கு ஒரு பொருட்டாக இல்லை.

விசாரணை நடந்துகொண்டிருந்தது. ராகவனின் அப்பா ஒருநாள் சுவர் மூலையில் சாய்ந்து உட்கார்ந்திருந்தான். எழுந்திருக்கவில்லை. ஆற்றங்கரையில் குளித்து விட்டு வந்த அம்மா அவளுடைய ஈர நார்மடியைப் பிள்ளை மீது தெளிக்கும்படி உதறினாள். பிள்ளை அப்படியே உட்கார்ந்திருந்தான். அம்மா புடவையைக் கொடியில் உலர்த்தக் கம்பு எடுத்துவந்தாள். புடவையை உலர்த்திவிட்டு அவள் மகனை அதால் ஒருமுறை குத்தினாள். அவன் அப்படியே உட்கார்ந்திருந்தான். அவன் தோளில் தட்டினாள். அவன் கீழே சாய்ந்தான்.

அவனுடைய மூத்த மகன்தான் பம்பாய் அண்ணாவாக மாறினான். இளையவன் தத்து எடுக்கப்படுவதை இழந்தான்.

சாது அண்ணா

தாய் சொல்லைத் தட்டாதே – அப்படி நினைத்தும் பார்க்காத மூத்தஅண்ணா ரங்கமணி மீது அம்மா சொற்களை இடைவிடாது எறிந்து கொண்டிருப்பாள். இப்படிப்பட்டவள் வீட்டில் வாழ்க்கைப்படலாமா என்று எல்லாரும் சொன்னாலும் அவள் வீட்டில் ஒரு மருமகள், இரண்டு, மூன்று என்று ஆறு பேர் வந்து சேர்ந்தார்கள். என்னதான் பெரிய குடும்பமாக இருந்தாலும் ஆறு மருமகள்களுக்கு ஒரு வீட்டில் வேலை இருக்குமா? ஆனால் அவர்கள் யாருக்கும் ஓய்ச்சல் ஒழிவு இல்லாமல் நாளெல்லாம் வேலை கொடுத்தாள் மாமியார். அவளுக்குத்தங்கிய பிள்ளைகளில் மூன்றாமவன் யாரிடமோ கேட்டு வடக்கே எங்கோ பட்டாளக் காரியாலயத்தில் வேலை இருக்கிறதென்று தெரிந்துகொண்டு அம்மாவிடம் விஷயத்தைச் சொன்னான். அவள் பொங்கி எழுந்தாள். அவன் அசையவில்லை. “உன் சொத்தில் காலணா வேண்டாம்” என்றான். இரண்டு பெட்டிகள், ஒரு படுக்கைச் சுருள், ஒரு கூஜாவுடன் மனைவியையும் அழைத்துக்கொண்டு

ரயிலேறிவிட்டான். அவன் மனைவியின் வீட்டாருக்குத் தெரிந்து சம்பந்தியம்மாவிடம் கேட்டார்கள். அவர்களைத் தெருவிலேயே நிறுத்தி வைத்து அந்தப் புண்ணியவதி இல்லாத சாபங்கள் இட்டாள்.

ஒரு ரயில். இன்னொரு ரயில். இன்னொரு ரயில். நான்காவது ரயில்தான் அந்த ஊருக்கு அவனை இட்டுச் சென்றது. ரயில் நிலையம் அருகே ஒரு தர்மச் சத்திரம். பாஷையே புரியவில்லை. ஆனால் ஒன்று புரிந்தது. அந்தச் சத்திரத்தில் ஆறு நாட்களுக்கு மேல் தங்க விடமாட்டார்கள்.

சாது ரங்கமணி அண்ணா கடைசி வரை அம்மாவுடன் இருந்தது. அம்மா வாட்டி வதைத்ததில் மருமகள் மூன்று குழந்தைகளைப் பெற்றெடுத்தவுடன் ஒரேயடியாகப் போய்ச் சேர்ந்தாள். மூத்தது பெண். அடுத்து பதினெட்டு மாதத்தில் பிள்ளை. ஆறு வருடங்கள் கழித்து ஒரு பிள்ளை. அடுத்தது வயிற்றில் இருந்திருக்கலாம். ஆனால் பெரிய உயிரே போய்விட்டது. அந்த வம்சத்தில் குழந்தைகள், ஒன்று; தாயில்லாமல் வளர வேண்டும், இல்லாது போனால் தகப்பனில்லாமல் திண்டாட வேண்டும். யார் எப்போது என்னவென்று எதற்குச் சாபமிட்டார்கள்?

சாது அண்ணா, அம்மா அக்கா தங்கை தம்பிகளுடன் வீட்டிலும் அலுவலகத்திலும் மக்குப் பெயருடன் இயங்கிக் கொண்டிருந்தார். இலையைப் போட்டுக்கொண்டு பத்து நிமிடமாவது காத்துக்கொண்டிருப்பார். அவர் என்ன சாப்பிட்டாரோ எப்படிச் சாப்பிட்டாரோ நீரிழிவு வியாதி வந்துவிட்டது. அவருடைய அம்மாவுக்கும் இருந்திருக்க வேண்டும். ஆனால் சாது அண்ணாவுக்கு ஏற்பட்ட விளைவுகள் அடுத்தடுத்து விரைந்தோடி வந்தன. ஒரு காலில் செருப்பு கடித்துப் புண் ஆறாது நீர் கசிந்துகொண்டே இருந்தது. சாதாரண மருந்து, கட்டு போதவில்லை. இனியும் தாமதித்தால் புரையோடிவிடும் என்று காலையே எடுக்க வேண்டிய நிலை வந்துவிட்டது. இது விஷயம் தெரியாதபடியே சப்இன்ஸ்பெக்டர் தம்பி இறந்துவிட்டான். அவன் குழந்தைகள் இறுதிச் சடங்குகளுக்குத் தகுதி இல்லை. அண்ணா கொள்ளி போடலாம். காலில் பெரிய புண்ணை வைத்துக்கொண்டு, கொள்ளி போட்டு மீண்டும் மீண்டும் ஆற்றிலும் குளத்திலும் குளிக்க வேண்டியிருந்தது. அதுவே அவருக்கு இரு கால்களுடன் குளித்த கடைசி நாட்களாகும். முதலில் கணுக்கால் வரை. அப்புறம் அது போதவில்லை என்று முழங்காலுக்கடியில். சிவனே வந்து கைலாசத்திற்குக் கூப்பிட்டாலும் அவருக்குக் நடக்கக் கால் இல்லை. சிவன் அழைக்காது போனாலும் எமன் அழைத்துவிட்டான். இப்போது அவருடைய குழந்தைகள், தாய் தந்தை இருவருமே இல்லாதவர்கள்.

மூன்று சகோதரிகள்

அந்தப் பள்ளிக்கூட வாத்தியாருக்குக் குழந்தைகள் பிறந்த வண்ணமேயிருந்தன. முதல் இரு குழந்தைகளுக்குப் பிறகு இரட்டைக் குழந்தைகள். இன்னும் இரண்டுக்குப் பிறகு மீண்டும் இரட்டை. அடுத்ததும் இரட்டை. அப்புறம் நான்கு குழந்தைகளுக்குப் பிறகு மீண்டும் இரட்டைக் குழந்தைகளாகப் பிறந்தனர். எட்டுக் குழந்தைகளில் மூன்றுதான் இருபது வயதை எட்டினார்கள். இருபது வயதில் யாராவது உயிரை விடுவார்களா? ஆனால், அந்தப் பிள்ளை ஜுரம் வந்து இரண்டே நாளில் உயிரை விட்டான். அவன் சாகிறான் என்று அவனுக்குத் தெரியாது. மற்றவர்களுக்கும் தெரியாது. அவன் இறந்துவிட்டான் என்று தெரிந்தபோது அவன் உயிரற்று நான்கு மணி நேரம் கிடந்திருக்கிறான். அவன் எதனால் இறந்தான் என்று அன்றும் தெரியவில்லை. அதற்கப்புறமும் தெரியவில்லை. அவன் அந்த வீட்டில் கடைக்குட்டிகளில் ஒருவன். எல்லாருக்கும் பிடித்தமானவன். அந்த வீட்டில்தான் எவ்வளவு குழந்தைகள் இறந்திருக்கின்றன! ஆனால் அவன் இறந்தபோது எல்லோரும் விம்மி விம்மி அழுதார்கள். பல நாட்கள் நினைத்து நினைத்து அழுதார்கள்.

அவன் இறந்ததின் ஒரு விளைவு அவனுடன் பிறந்த இன்னொருவனுக்குப் பெயர் மாற்றம் செய்ய வேண்டியிருந்தது. இரட்டைகளுக்கு ராமமூர்த்தி, கிருஷ்ணமூர்த்தி; ராமநாதன், லட்சுமணன்; கிருஷ்ணன், பார்வதி; கடைசி இரட்டை ராமச்சந்திரன், ராமதாசன். எவ்வளவு ராமன்கள்! இந்த ராமர்களால் இருபது வயதை ஒழுங்காகத் தாண்ட முடியவில்லை. ராமனே துக்கத்திற்குப் பிறந்தவன்தானே.

ஆனால் ராமன் முகம் எப்போதும் அப்போதே மலர்ந்த மலர்போல இருந்ததாம். நான்கு இரட்டைக் குழந்தைகள் பிறந்தாலும் இரட்டையாக ஒரு ஜதைக்குக்கூட பூரணாயுள் இருந்ததில்லை. கடைசியாக மிஞ்சிய இரு பிள்ளைகளுக்குப் பெயர் மாற்ற வேண்டியிருந்தது. ராமச்சந்திரன், ராமதாசன் இரட்டையில் மிஞ்சியவன் பாலசுப்பிரமணியனானான்; ராமநாதன் லட்சுமணனில் மிஞ்சியவன் இன்னொரு சைவப் பெயரான சங்கரன்.

பெண்களில் மிஞ்சிய மூவரில் மூத்தவளுக்கு அன்று நல்ல இடம், பொருத்தமான பையன் என்று சொல்லக்கூடிய வகையில் கல்யாணம் ஆயிற்று. பையனுக்குப் படிப்பு கிடையாது. ஆனால் அவனே வயலில் இறங்கி விவசாயம்

செய்பவன். விதைத்ததெல்லாம் அமோகமாக விளையும். அந்தக் கல்யாணம் முடிந்த கையோடு பள்ளிக்கூட வாத்தியார் ஐந்தாறு நாள் ஜுரம் கண்டு இறந்துபோனார். ஒரு சின்ன வைத்தியரிடம் சென்றிருந்தால்கூட இன்னும் சில ஆண்டுகள் உயிரோடிருந்திருக்கலாம். ஏனோ அந்த நாளில் நாற்பது வயதானவுடனேயே அலுப்பு வந்து, இருந்தால் என்ன, செத்தால் என்ன, பிள்ளைகளைப் படிக்க வைக்க வேண்டுமே, பெண்களுக்கு வரன் தேடிக் கல்யாணம் செய்ய வேண்டுமே என்று தோன்றிவிடும். வீட்டில் பெரியவர்கள் இருந்தால் எல்லாக் கவலையும் அவர்கள் ஏற்றுக்கொண்டு விடுவார்கள். அந்த மாதிரி இல்லாத குடும்பத்தில் குடும்பத் தலைவன் அற்பாயுளில் உயிரை விடுவது விதியைவிட அந்த மனிதனின் பொறுப்பற்ற தன்மை என்றுதான் கூற வேண்டும். இதனால் குழந்தைகளாகப் பெற்றுக்கொண்டிருந்தவளுக்கு வாய் வந்தது. அவளும்தான் எவ்வளவு கண்ணீர் உகுத்திருப்பாள்? குழந்தையடுத்துக் குழந்தையை வாரிக் கொடுத்தபோது எவ்வளவு வயிறெரிந்திருப்பாள்? இப்போது அவளுடைய ஒவ்வொரு சொல்லும் ஒவ்வொரு செயலும் எதையோ மனதில் வைத்துக்கொண்டு பழிவாங்குவது போலிருந்தது. முதல் விளைவு அவ்வளவு மகன்களின் படிப்பு கைவிடப்பட்டது. மூன்று பெண்களில் சற்றுச் சிவப்பாக இருந்தவளுக்கு ஐம்பது வயது மணமகன், கறுப்பாக இருந்தாலும் மிகவும் புத்திக் கூர்மையுடையவள் என்றிருந்தவளுக்கு இன்னொரு ஐம்பது வயதுக்காரன். சிவப்பானவளுக்கு அவள் உயிரோடிருந்தவரை பாத்தியதையுடைய வீடுடன் விதவைக்கோலம். புத்திக்கூர்மையானவளுக்கு நான்கு வீடுகளும், சிறிது நிலபுலமும் கூடிய விதவைக்கோலம். இப்போது ஒரு வீட்டில் மூன்று விதவைகள். ஓயாத பேச்சு, ஓயாத வாக்குவாதம், ஓயாத சூழ்ச்சி, துன்பத்தையும், வேதனையையும், துவேஷத்தையும் ஓயாது வாரியிறைத்தல். மாமியாரிடமும் மாட்டிக்கொண்ட இரு மருமகள்கள் கணவனையிழந்ததால் மூன்று விதவைகளிடமிருந்து விடுதலை பெற்றனர். பட்டாளத்துக்குப் போனவனும் அவனுடைய இரு தம்பிகளும் அன்று தமிழ்நாட்டில் சாத்தியமே இல்லாததோர் சுதந்திர நிலை அவரவர்களுடைய மனைவிகளுக்குத் தந்தார்கள்.

சகோதரி நம்பர் 3

சீதா கூர்மையான புத்தியுடையவள், எந்தச் சிக்கல் வந்தாலும் தைரியமாகவும் நிதானமாகவும் தீர்த்துக் கொள்ளக்கூடியவள் என்று பதினைந்து வயதுப் பெண்ணாக

இருக்கும்போதே பெயர் எடுத்தவளுக்கு ஐம்பது வயதுக்காரருடன் எளிமையாகக் கல்யாணம் நடந்தது. அவருக்கு முதல் மனைவி இறந்துபோய் இரண்டு வருடங்கள் ஆகிவிட்டன. மூத்தவள் மூலம் இரண்டு பிள்ளைகள். மூத்தவன் மரக்கிளையிலிருந்து காவேரியில் குதித்தவன் வெளியே வரவில்லை. இரு நாட்கள் கழித்து இரு மைல்கள் தள்ளி உடல் கிடைத்தது.

பெரிய சாவு. பையனின் அப்பா இடிந்துபோய்விட்டார். மனைவி போனபோதுகூட இவ்வளவு துக்கமாக இல்லை. அவருடைய நிலையைக் கண்டு அவருடைய பெரியம்மா அவருடைய துக்கத்துக்கு மாற்று இரண்டாம் கல்யாணம் என்று தீர்மானித்தாள். வக்கீல் தொழிலில் அந்தச் சுற்றுவட்டாரத்தில் எவ்வளவு விவாதங்களைத் தீர்த்து வைத்திருக்கிறார்! எவ்வளவு விரோதங்களைக் கரைத்திருக்கிறார்!

வீட்டில் பெரியம்மா பேச்சுக்கு மறுப்பு கூறவில்லை. ஐம்பது வயதானாலும் பெண் கொடுக்க நிறையப் பேர் நீ நான் என்று போட்டி போட்டுக்கொண்டு வந்தார்கள். கடைசியில் பள்ளிக்கூட வாத்தியாரின் கடைசி மகள் என்று முடிவாயிற்று. பெரியம்மாவும் நிறைய யோசித்துத்தான் அந்தப் பெண்ணைத் தேர்ந்தெடுத்தாள். அடுத்த நாள் ஏதாவது நடந்தாலும் பெண் ஆதரவற்றுப் போய்விடமாட்டாள். அப்பா இல்லை என்றாலும் அண்ணன் தம்பிகள் பார்த்துக்கொள்வார்கள். பெண்ணே நல்ல கெட்டிக்காரி.

இப்படித்தான் சீதாவின் கல்யாணம் நடந்தது. மணமான நாளே அவளைவிட வயதான மகன். அவன் அம்மாவென்று கூப்பிடுவானா, பெயர் சொல்லிக் கூப்பிடுவானா அல்லது சித்தியாக ஏற்றுக்கொள்வானா? இதை வக்கீல் எதிர்பார்க்காமல் இருந்திருப்பாரா? ஆனால் அவருடைய மகன் அவரை மன்னிக்கவில்லை. கல்யாணமானவுடன் சிறிது காலத்திற்கு வீட்டில் வேறு மனிதர்கள் இருந்தார்கள். அதன் பிறகு அந்த மிகப் பெரிய வீட்டில் மூவர்தான். பெண்ணுக்குப் பிறந்த வீடும் அதே ஊர்தான். அவளுக்குக் கணவனுடன் பேசவே பயமாக இருந்தது. சுபமுகூர்த்தத்திற்கு ஏற்பாடு செய்திருந்த தினம் மகனைக் கண்ணால் பார்க்க முடியவில்லை. அவனுடைய தாத்தா பாட்டி வீட்டிற்குப் போய்விட்டான். அவர்களும் மருமகனின் மறுமணத்தை வித்தியாசமாக எடுத்துக்கொள்ள வில்லை. பாட்டியே இரண்டாம் தாரம்தான். ஆதலால் அவன் எதிர்பார்த்த அனுதாபம் கிடைக்கவில்லை. அவர்களுக்கு மகள் அற்பாயுளில் இறந்ததில் வருத்தமிருந்தாலும் ஐம்பது வயது மருமகன் மறுமணம் செய்துகொள்வதை அவர்கள் எதிர்க்கவில்லை.

யுத்தங்களுக்கிடையில் . . .

அவர்களே அந்த மணத்தில் மனப்பூர்வமாகப் பங்கேற்று நடத்திக் கொடுத்தார்கள். அவர்கள் வீட்டில் நான்கைந்து நாட்கள் இருந்த வக்கீல் மகன் ஒருநாள் காணாமல் போய் விட்டான். அவன் ரயிலேறியதைப் பலர் பார்த்திருந்தார்கள். அதுவும் தகப்பனையும் பாட்டனார் பாட்டியையும் பெரிதாக வருத்தவில்லை. அவர்கள் பேச்சைப் பையன் மீறினானே என்றுதான் வருத்தம். நான்கு நாட்கள் வயிறு காய்ந்தால் திரும்பி வந்துவிடுவான் என்றுதான் நினைத்தார்கள். ஒரு வாரம் பத்து நாளாகியும் அவன் வீடு திரும்பாதபோதுதான் தேட ஆரம்பித்தார்கள். வெளியூர்களிலிருந்த அவர்கள் உறவினர் வீட்டிற்கு ஆளனுப்பித்து விசாரித்தார்கள். தெரிந்தவர்களுக்குக் கடிதம் எழுதினார்கள். வக்கீலுக்கு முதல் பையன் இறந்த காயம் முழுக்க மறையவில்லை.

இப்போது இன்னொருவனையும் காணோம். இதெல்லாம் அந்த மூன்றாவது சகோதரிக்குச் சங்கடம் விளைவித்தது. அவளுடைய அம்மா உற்சாகமாகப் பேசினாள். ஒருமுறை 'சனி விட்டது என்றிரு' என்றுகூடச் சொன்னாள். ஆனால் மூன்றாவது சகோதரியின் மனம் இன்னும் அந்த அளவுக்கு இறுகவில்லை. அவள் தன் மூத்தாள் பையனின் முகத்தைக்கூடச் சரியாகப் பார்க்கவில்லை. அவளே அவனை எங்காவது பார்த்தால்கூட அடையாளம் கண்டுகொள்வது சிறிது சிரமம்தான். கணவன் மனம் அல்லாடுவதைக் கண்டு வேதனையாக இருந்தது. ஐயோ, சற்று முன்னரே அவனைத் தேடியிருக்கக் கூடாதா? அவன் ரயிலேறியதைப் பார்த்தவர்கள் இருந்தார்கள். அவன் உத்தேசமாக எங்கு போயிருக்கக்கூடும் என்று தேடிக் கண்டுபிடித்திருக்கலாம். அந்த வாய்ப்பு தவறிவிட்டது.

புத்திர சோகம்

மனிதனுக்கு ஏற்படக்கூடிய சோகங்களில் மிகவும் கொடியது புத்திர சோகம் என்பார்கள். தசரதன் இராமன் காட்டுக்குப் போனவுடன் அந்த ஏக்கத்தில் செத்துப் போய்விட்டார். அவருடைய ஈமக் கிரியை புரிய ஒரு மகனும் உடனில்லை. இராமனும் இலட்சுமணனும் காட்டுக்குப் போய்விட, பரதனும் சத்ருக்னனும் கேகய நாட்டுக்குப் போயிருந்தார்கள். அவர்களுக்குத் தகவல் அனுப்பி அவர்கள் திரும்பி வரும்வரை தசரதனின் உடலை எண்ணெய்க் கொப்பரையில் போட்டு

வைத்திருந்தார்கள். உடலிலிருந்து உயிர் பிரிந்துவிட்டால் பன்னிரண்டு நாழிகைக்குள் உடலைத் தகனம் செய்துவிட வேண்டும் என்பார்கள். நான்கு மகன்கள் இருந்தும் தசரதனுக்கு இறந்தபின் நற்கதி தர ஒரு மகனும் அருகில் இல்லை.

திருதராஷ்டிரனுக்கு நூறு பிள்ளைகள். பதினெட்டு நாட்களில் இழப்பு. அதுவும் மிகக் கொடூரமாக; ஒவ்வொருவனையும் பீமன் கிழித்துப் போட்டான். பாஞ்சாலி நூறு பேருடைய ரத்தத்தையும் தலையில் பூசிக்கொண்டு அரக்கி போலச் சிரித்தாள். குருட்டுத் தந்தைக்கு ஒரு விவரம் தவறாது சஞ்சயன் தெரிவித்துவிடுகிறான். தந்தைக்குத் தெரியும் ரத்த வெள்ளத்தில் அவன் மகன்கள் முடிவு என்று. ஆனால் ஒரு நப்பாசை. துரியோதனன் ஜெயித்துவிட மாட்டானா? அர்ச்சுனனும் பீமனும் கர்ணன் கையில் சிக்கி மாளமாட்டார்களா? தருமன் பாட்டனார் மற்றும் தாயாதிகளோடு யுத்தம் புரிந்து ராஜ்யம் பெற வேண்டுமா என்று எண்ணத்தில் யுத்தத்தை நிறுத்தமாட்டானா? ஆனால் அதெல்லாம் நடக்கவில்லை. இறுதி வரை யுத்தம் நடந்தது. கௌரவர் தரப்பில் மூவரே மிஞ்சினர். பாண்டவர்கள் தரப்பில் அவர்களையும் சேர்த்து எட்டு. இதற்காகவா இந்தப் படுகொலையும் ரத்த வெள்ளமும் என்று தருமர் கதறினார். பாஞ்சாலி ஒன்றும் பேசாமல் அவர் முன் நின்றாள், தருமரின் பச்சாதாபம் உடனே மறைந்தது. மூன்றாவது சகோதரி சீதா. தன் கணவன் முன் நின்றாலும் அவருடைய புத்திர சோகம் குறையவில்லை. அவள் மனைவியானாலும் அவளையறிந்து ஒரு மாதந்தான் ஆகிறது. ஆனால் மகன் பதினேழு ஆண்டுகள் அவர் கண்முன் வளர்ந்தவன். வக்கீல் வீடு மாதிரி ஏகப்பட்ட நபர்கள், பலவிதமான நபர்கள் வந்து போகும் வீட்டில் அவன் அப்படிக்கு இல்லாது இருந்தான். ‘ராமச்சந்திரனே உனக்கு மகனாகப் பிறந்திருக்கிறான்’ என்று பலர் அவரிடம் கூறியிருந்தார்கள். ராமச்சந்திரன் போலவே அவனும் தந்தை சொல்லை மந்திரமாக ஏற்று நடந்தான். அவனுக்குத் தாய் கோயிலாகவும் இருந்தாள். தாய்க்குக் கொள்ளி போட வேண்டியிருந்ததில் மிகவும் இடிந்துவிட்டான். அப்பா பெண் பார்க்கிறார் என்று கேள்விப்பட்டபோது அம்மா செத்த கையோடு அவனுக்கேன் கல்யாணம் செய்கிறார் என்று குழம்பினான். ஆனால் அப்பாவே மணப் பையன் என்றதும் அவனுக்கு அந்த வீட்டுடன் ஓர் உறவும் இல்லை என்று தோன்றிவிட்டது.

அதட்டிப் பேசியே பழக்கமான பெரியம்மாவுக்குக் குரல் தணிந்துவிட்டது. வக்கீலின் இரண்டாம் கல்யாணத்தை முடித்துக் கொடுத்தவள் அவள்தான். ஆனால் அவளில்லாவிட்டால் வேறு யாராவது அதை நிறைவேற்றிருப்பார்கள். ஐம்பது

வயதில் மறுமணம் அந்த நாளில் எல்லா ஊரிலும் சகஜம். வக்கீலைப் பார்த்தால் நாற்பது வயதுதான் கூறலாம். அவர் கறுப்புக் கோட்டும் தலைப்பாகையும் அணிந்து கோர்ட்டுக்குப் போக வில்வண்டியில் உட்காரும்போது கம்பீரமாக இருக்கும். இருந்த ஒரு மகனும் காணாமல் போனதில் அவரும் இடிந்து போய்விட்டார். இராமச்சந்திரன் பதினான்கு ஆண்டுகள் கழித்து வருவானென்று எதிர்பார்ப்பு உண்டு. வக்கீலுக்கு அந்த எதிர்பார்ப்பு தோன்றவில்லை. இப்படித்தான் மூன்றாவது சகோதரியின் குடும்ப வாழ்க்கை தொடங்கியது. வக்கீலுக்கு உறவினர்கள் நிறைய உண்டு. அவர் நிறைய சொத்துக்கும் அதிபராக இருந்தார். அந்த ஊரிலேயே நான்கு வீடுகள். அவருக்கு நிலத்தின் மீதிருந்த நம்பிக்கை வீடுகள் மீது கிடையாது. ஒரு வீடும் அவர் வாங்கினது கிடையாது. ஒருமுறை ஒரு பெரிய பணக்காரரைக் கொலைக் குற்றத்திலிருந்து விடுவிப்பதில் வெற்றியடைந்தார். அந்தப் பணக்காரர் குடும்பத்தில் இருந்த பணம், நகைகள் எல்லாம் வழக்குக்காகச் செலவழிந்திருந்தது. வக்கீல் இருந்த ஊரில் அவருக்கு இரு வீடுகள் மாதம் முப்பது ருபாய் வாடகை பெற்றுத் தந்துகொண்டிருந்தன. வக்கீலுக்கு அப்பணக்காரர் அவ்விரு வீடுகளையும் சாஸனம் செய்து கொடுத்தார். அந்த நாளில் அசையாச் சொத்துகளை எது எதற்கோ ஈடு செய்யச் சாஸனம் செய்வதுண்டு. வக்கீலுக்கு அவர்கள் வழக்குக்கு ஒழுங்காக வாய்தா காலத்தில் சென்று விசாரணை நடந்த நாட்களில் வழக்கை அக்கு வேறு ஆணி வேறாக ஆய்ந்து காவல்துறைத் தரப்பில் இருந்த சிறிய ஓட்டைகளைப் பெரிதாக்கிக்காட்டி ‘கொலை செய்தார் என்று பிரதிவாதியைச் சந்தேகமறக் கூற முடியாது’ என்று விடுதலை வாங்கிக் கொடுத்ததற்கு, தினப்படியாக அக்குடும்பமே நிறையக் கொடுத்திருந்தது. வக்கீலுக்கு அவர்கள் கொடுத்த இரு வீடுகள் எங்கிருக்கின்றன என்பது கூடச் சரியாகத் தெரியாது. ஊருக்குச் சற்று வெளியே வடக்கு பார்த்த வீடுகள் என்று மட்டும் தெரியும். அவருடைய பெரியம்மாதான், ‘ஏண்டா வடக்குப் பார்த்த வீடுகளை உன் தலையில் கட்டிவிட்டார்களே’ என்றாள். அதன் பிறகு அவளே அந்த வீடுகளைப் போய்ப் பார்த்தாள். வளம் தெரிய இருந்தது. வீட்டின் உள்ளே சென்றபோதுதான் வீட்டின் வளத்தின் காரணம் தெரிந்தது. அந்த இரு வீடுகளும் அந்தப் பணக்காரர் அவருடைய ஆசைநாயகிகளுக்குக் கொடுத்தவை. அந்த முப்பது ரூபாய் வாடகை அவர்கள் கொடுத்ததே கிடையாது. ஆனால் இனி வக்கீலுக்குக் கொடுத்தாக வேண்டும்.

ஒருமுறை வக்கீலுக்குக் கட்டணம் வீடு கொடுத்து முடித்து விடலாம் என்று அந்த ஜில்லாவில் தெரிந்துவிட்டது. விளைவு வக்கீலுக்கு இன்னும் இரு வீடுகள். அவர் அவற்றைத்

திரும்பிக்கூடப் பார்க்கவில்லை. மகன்தான் தெருவில் நின்றபடி யாரையோ கூப்பிடுவதுபோலக் குரல் கொடுப்பான். அந்த வீட்டில் உள்ளவர்கள் அவனை உள்ளே அழைத்தாலும் அவன் தெருவிலேயே நிற்பான். அங்கு அவர்கள் வாடகையைத் தருவார்கள்.

வக்கீல் ஜோசியம், ஆருடம், சோழி வைத்துப் பார்ப்பது எல்லாம் செய்துவிட்டார். மகன் உயிருடன் இருக்கிறான் என்று மட்டும் எல்லாரும் சொன்னார்கள். இன்று கிடைத்து விடுவான். நாளை கிடைத்துவிடுவான் என்று சொன்னார்கள். ஆறு மாதங்களுக்கும் மேலாகிவிட்டது. ஆனால் போனவன் போனவன்தான்.

மூன்றாவது சகோதரிக்காவது குழந்தை பிறக்கலாம். ஆனால் அதுவும் நடக்கவில்லை. பிள்ளை போன சோகத்துடன் வக்கீல் சுமார் இரண்டு ஆண்டுகள் வாழ்ந்தார். ஒரு நாள் இரவில் தூக்கத்திலேயே இறந்துவிட்டார்.

வக்கீல் உயிரை விட்டபோது மூன்றாவது சகோதரியுடன் விதவை அம்மா இருந்தாள். அம்மாவே பெரிய சொத்துக்காரி யானதுபோல நினைத்துக்கொண்டாள். வக்கீலின் தாயாதிகளுக்குச் சொல்லியனுப்பியது. சிலர் வரவும் செய்தார்கள். வீட்டின் காமிரா அறையில் இரும்புப் பீரோவில் வக்கீல் ரொக்கமாகப் பணம் வைத்திருந்தார். அம்மாவின் முதல் காரியம் அதைக் காலி செய்து அவளுடைய பெட்டியினுள் வைத்துக்கொண்டது. பதின்மூன்று நாட்கள் காரியத்துக்கு அவள்தான் சிறிது சிறிதாகப் பணம் கொடுத்தாள்.

வக்கீலின் அப்பாவும் ஒரே பிள்ளையாகிப் போனதில் வக்கீலின் தாயாதிகள் என்று வந்தவர்கள் விலகியே இருந்தார்கள். கொள்ளி போட்டவருக்கு மட்டும் ஐநூறு ரூபாய் கொடுத்தது.

ஒரு பள்ளிக்கூட வாத்தியாரின் பெண் இரண்டாம் தாரமாக ஐம்பது வயதுக்காரருக்குக் கல்யாணம் செய்து கொடுத்ததில் அவள் இருபது வயதை அடைவதற்குள் பணக்காரியாகிவிட்டாள். பணமும் சொத்தும் தரும் சக்தியை அவள் சரிவர உணர மூன்று நான்கு ஆண்டுகள் தேவைப்பட்டன. அதன் பிறகு அவளுடைய விதவைக் கோலத்திலும் அவள் அந்தத் தெருவிலேயே மிகவும் செல்வாக்கு உடையவளாகிவிட்டாள்.

◯

இந்த மூன்றாவது கெட்டிக்காரப் பணக்கார சகோதரிக்குப் பெயரே சீதா. அவள் பிறந்த பதினொன்றாம் நாள் அவளுக்கு

வைத்த பெயர் அதுதான். உண்மையில் குழந்தைகளுக்குப் பெயர் வைத்து அலுப்புத் தட்டியபின் எந்த யோசனையும் இல்லாமல் மனதுக்கு அந்த நேரத்தில் தோன்றிய பெயர்தான் அது. குழந்தை நடமாடத் தொடங்கி வீட்டுப் பொறுப்புகளையும் உணரத் தொடங்கிய காலத்தில்தான் உறவினர் ஒருவர் சீதா என்ற பெயரை வைப்பதில்லை என்று தெரிவித்தார். சீதை ஆயுட்காலம் முழுவதும் துக்கத்துடனே வாழ்ந்தவள். மிக உன்னதமான பெயர் என்றாலும் அதை உடனே சார்வது துக்கம்தான்.

சீதா துக்கத்துடன் இருந்தாளா? அவள் முகத்திலிருந்து எதுவும் தெரியவில்லை. அவளும் மூன்று நாட்கள் விலக்கு அனுசரித்தாள். மாதம் ஒரு முறை தலையை மழித்துக் கொண்டாள். மகிழ்ச்சி பொங்கவும் இருந்ததில்லை. அதே நேரத்தில் அழுமூஞ்சியாகவும் இருந்ததில்லை. அதிகமாக வீட்டை விட்டு வெளியே போகாமல் அவளுடைய சொத்துக்களை நிர்வகித்தாள். ரொக்கமாகப் பணம் அதிகம் வராது. ஆனால் வந்த பணத்தைக் காமிரா அறையில் உள்ள இரும்புப் பெட்டியில் வைத்திருப்பாள்.

அந்த ஊரில் ஒரு சீட்டுக் கம்பெனி நல்ல முறையில் இயங்கி வந்தது. நல்ல வலுப்பெற்று அந்த ஜில்லாவில் மூன்று இடங்களில் கிளைகள் அமைத்து நடத்தியது. அதில் அவள் மாதம் பத்து ரூபாய் வீதம் செலுத்த விரைவிலேயே சீதாவுக்கு ஆயிரம் ரூபாய் கொடுத்தார்கள். அதை அந்தச் சீட்டுக் கம்பெனியிலேயே முதலீடு செய்தாள். அவள் கையில் பணம் மட்டும் வளரவில்லை. அவளுடைய விளை நிலங்கள் நல்ல விளைச்சல் தந்தன. அவளுடைய பண்ணைக்காரர்கள் அவர்களாக நிறைய எடுத்துக்கொண்ட பிறகும் அவளுடைய வீட்டுக் குதிர் எப்போதும் நிறைந்திருந்தது. அவளுடைய அம்மா அவளுடனேயே இருந்தாள். சீதாவின் மூத்த இரு சகோதரிகளுக்கும் ஆளுக்கு இரு பையன்கள். ஒரு அண்ணாவுக்கு மட்டும் ஒரு பெண்ணும்கூட. தம்பிகள் வெளியூர் சென்றவர்கள் விருத்தியாகிக்கொண்டே போனார்கள். அந்தக் குடும்பத்தின் மீதிருந்த சாபம் பெண்களுக்கு மட்டும் என்பது போலிருந்தது.

அண்ணாக்கள் இறந்த போதும் இறந்த விதமும் அவளுக்கு அசாத்திய துக்கத்தைத் தந்தன. அவளுடைய கணவன் இறந்தபோது அவளுக்கு உலகம், துக்கம் எதுவும் சரியாகப் புரியவில்லை. ஆனால் அவள் பணம் காசு கொடுத்து உதவக்கூடிய நிலையிலிருந்து கூட அவளுடைய அண்ணாக்கள் மிகுந்த வேதனையோடுதான் உயிரை விட்டார்கள்.

அவள் அழுவதைத் தவிர வேறு என்ன செய்யமுடியும்? மூத்த அண்ணாவுக்கு மனைவி தரப்பில் ஏகப்பட்ட உறவினர்கள்.

என்ன காரணமோ சீதாவை அவர்கள் அதிகம் நெருங்க விடவில்லை. அண்ணாவுக்கு ஒரே ஒரு பழைய வீடு.

அவர்களுக்கு சீதா அந்த வீட்டைத் தனதாக்கிக்கொண்டு விடுவாள் என்று தோன்றிவிட்டது. அண்ணா இறந்தபின் ஏழெட்டு ஆண்டுகள் மன்னி உயிரோடு இருந்தாள். ஒரு பிள்ளைக்கு அட்சராப்பியாசம் என்று பள்ளிக்கு அனுப்பின முதல் நாளுக்கு சீதாவுக்குச் சொல்லியனுப்பக்கூடவில்லை. அதே ஊரில் இரண்டு தெருக்கள் தள்ளி இருந்தவர்கள் வீட்டில் எப்போதோ நடக்கக்கூடிய நல்ல காரியங்களுக்குக் கூடக் கூப்பிடவில்லை.

சீதாவை யாரும் குறை கூறவில்லை. அவளுடைய சகோதரன் பிள்ளைக்கு இரண்டு சவரனில் தங்கச் சங்கிலி செய்யச் சொல்லிப் பரிசளித்தாள். ஒருமுறை அரை மூட்டை நெல் அனுப்பினாள். அதை அந்த ஆள் திருப்பிக் கொணர்ந்துவிட்டான். யாரும் காரணம் சொல்லவில்லை. சீதாவும் கேட்கவில்லை.

இரவில் ஒரு துண்டை விரித்துத் தலைக்கு ஒரு கட்டையை வைத்துக்கொண்டு படுப்பாள். அவ்வப்போது அவளுடைய மூத்தாள் மகன் நினைவு வரும். அவனுடைய முகத்தைக்கூடச் சரியாகப் பார்க்கவில்லை. அவனும் அவனுடைய இரு நண்பர்களும் சேர்ந்து எடுத்துக்கொண்ட புகைப்படம் ஒன்று சுவரில் மாட்டியிருந்தது. அந்த மூவரில் யார் அவன் என்று கூட அவளுக்கு நிறைய நாட்கள் தெரியாது இருந்தது. ஒருநாள் துணிந்து வீட்டுக்கு வரும் புரோகிதரைக் கேட்டாள். அவர் ஒரு பையனைக் காட்டினார். தொளதொளவென்று கோட்டும் தலையில் தொப்பியும் அணிந்துகொண்டு அவன் சிலை போல விறைத்து நின்றான். அவன் சிரித்தே இருக்கமாட்டான் போலிருந்தது. இவ்வளவு நாட்களில் அவனுக்குக் கல்யாணம் ஆகி, குழந்தைகூட இருக்கக் கூடும். எங்கே இருப்பான்? என்ன செய்துகொண்டிருப்பான்? உயிரோடுதான் இருக்கிறானா?

சீதா ஒவ்வொரு முறை கோயிலுக்குப் போகும்போதும் அவன் பெயருக்கு அர்ச்சனை புரிவாள். அவன் என்றாவது திரும்பி வந்தால் அதுவரை சேர்த்திருந்த ரொக்கத்தையும் இதர சொத்துக்களையும் அவனிடம் ஒப்படைத்துவிட வேண்டும் என்பதில் மாறாத உறுதியுடன் இருந்தாள். ஆனால் அவன்தான் வரவில்லை. எங்கு எங்கோ தேடியும் அவன் கிடைக்கவில்லை. பட்டாளத்தில் சேர்ந்து வடக்கே எங்கோ ஒருத்தியைக் கல்யாணம் செய்துகொண்டிருக்கலாம். அந்த யுத்தத்தில் இந்தியப் படைகள் சில வெளிநாடுகளுக்குக்கூட அனுப்பப்பட்டன. அவன் அங்கு எங்கேயாவது போய் தங்கிவிட்டானோ? அப்பா

போய்விட்டால்தான் என்ன? தாத்தா பாட்டியோடு வேறு உறவினர்கள் இல்லையா? அவர்கள் வேண்டாம் என்றால் அந்தப் புகைப்படத்தில் இருந்த நண்பர்களையாவது அவன் பார்க்க வரலாம் அல்லவா?

○

மாமாவும் மாமனாரும்

தமிழ்நாடு திருவிதாங்கூர் எல்லையில் சருக்கம் என்ற கிராமத்தில் ராகவனுடைய திருமணம் அவனுடைய மாமாவின் பெண்ணாகிய பார்வதியுடன் நடந்தது. மாமாவின் பெண் என்றாலும் மணப்பெண் சீருடையில் அவள் மிகவும் வித்தியாசமாக இருந்ததாக ராகவனுக்குத் தோன்றியது. அவனுடைய தகப்பனாரை அவனுக்கு நினைவு தெரிந்த நாளில் எப்போதும் வேதனையில் மூழ்கியிருப்பவராகத்தான் பார்த்திருக்கிறான். அவர் அவனுடன் கொஞ்சியதாகவும் நினைவில்லை. வீட்டில் நிறையப் பேர் இருந்தால் இந்தக் கொஞ்சலுக்கெல்லாம் வாய்ப்பு இருந்தாலும் அடக்கமும் கூச்சமும் அதை முடியாததாகச் செய்துவிடும். அம்மாவுக்கு ஏதோ ஒரு சந்தர்ப்பத்தில் கிடைக்கும். அப்பாவுக்கு முடியாது. அதுவும் வேலை போய் அடுத்து சிறைக்கு அனுப்பி விடுவார்களோ என்று பயந்துகொண்டிருக்கும் நாட்களில் மனைவி, குழந்தைகள் கண்ணுக்குத் தெரிந்தாலும் மனதுக்குள் புக முடியாது. காரணம் இருக்கிறதோ – இல்லையோ வைதுகொண்டேயிருக்கும் பாட்டி இந்த அம்மாவுக்குப் பிடித்தவர்கள் என்று யாரும் இருக்கமாட்டார்களோ? அந்த நாளில் யாரோ யாருக்கோ விஷம் வைத்துவிட்டார்கள் என்ற பேச்சு அடிக்கடி வரும். பட்டாமணிக்கு விஷம், பண்டார சந்திதிக்கு விஷம். உண்மையில் பாட்டிவையும்போதும் சாபமிடும்போதும் பயமாகவே இருக்கும். ஆனால் ராகவனுடைய அப்பா வேலைபோன அவமானத்தைத் தாங்காமல் செத்தே போய்விட்டார்.

மாமாவுக்கு வசதி அதிகம் இல்லாத போதிலும் அது கிராமமாக இருந்ததால் கல்யாணம் நான்கு நாட்கள் நடந்தது. ராகவனுக்கு அப்பா இல்லை, அம்மாவை அப்பாவின் அம்மா அக்கா தங்கைகளுக்குப் பிடிக்காது. இந்தக் கல்யாணத்தால் அம்மாவுக்கு இன்னமும் நெருக்கடி நேரும் என்று தெரியும். கணவன் வீட்டில் அனுசரணை இல்லை என்ற போது, பிறந்த வீட்டில் இந்த அளவு அக்கறை காட்டுகிறார்களே என்று இணங்கத்தான் வேண்டியிருந்தது.

மாமா ராகவனின் அம்மாவையும், சகோதரிகளையும் நேரில் சென்று கூப்பிட்டிருந்தார். ஆனால் விதவைகள் எப்படிக் கல்யாணத்திற்கு முந்திக்கொண்டு செல்ல முடியும்? மாமா, நிஜாம் சமஸ்தானத்திற்குப் போய்விட்ட மூன்று சகோதரர்களுக்கும் பத்திரிகையும் அனுப்பித் தனித்தனியாகக் கடிதமும் எழுதியிருந்தார். அவை போய்ச் சேரவே இல்லை. ராமேசன் இரு மாதங்களுக்கு ஒருமுறை வீடு மாறிக்கொண்டிருந்தான். அவனுடைய தம்பிகள் பாலுவுக்கும் சங்கரனுக்கும் முதலில் இருந்தே வேலையுடன் வீடும் உண்டு. வேலை பெரிய பதவி இல்லாத போதிலும் அந்த இலாகாக்களில் எப்போது வேண்டுமானாலும் மாற்றங்கள் நேரும் என்பதால் நிர்வாகத்தின் வசதிக்காகவே இந்த ஏற்பாடு. அண்ணா ஊரில் காலை இழந்து உயிரையும் விட்டபோது அனுப்பிய தந்தி மட்டும் எப்படியோ ராமேசனுக்குக் கிடைத்துவிட்டது. அந்த நாளில் தந்தி சாவோலையாக இருந்தால் அதற்கு அதிகப்படிக் கட்டணம் இல்லாமலேயே அதிவிரைவுத் தந்தியாகக் கருதப்படும். தந்தியை விநியோகிப்பார்கள். விசேஷ முயற்சிகள் எடுத்துக்கொண்டு தந்தியை உரிய நபரிடம் கொண்டு சேர்த்துவிடுவார்கள். அம்மாதான் ராகவன் தரப்பு ஒரு நபர். அவள் சம்பந்தப்பட்டது எல்லாமே யார் யாரோ நிர்ணயத்தின் பேரில் நடந்துகொண்டிருந்தது. இதில் அழுது என்ன பயன்?

மீண்டும் ஆசிரம ஹாஸ்டலுக்குப் போய்ச் சேரப்போன போது அங்கு பிரம்மச்சாரிகளுக்குத்தான் அனுமதி என்று தெரிய வந்தது. இறுதிப் பரீட்சைக்கு இன்னும் இரண்டே மாதங்கள். ஆசிரம விதிகளைத் தளர்த்தியதே இல்லை. இது தெரிந்திருந்தால் கல்யாணத்தையே தை மாதத்துக்குப் பதிலாகச் சித்திரை மாதத்தில் வைத்துக்கொள்ளச் சொல்லியிருக்கலாம். யார்தான் எதைத்தான் கேட்டார்கள்? எல்லாரும் அவரவர்களுடைய சௌகரியங்களை கவனித்துக்கொண்டார்கள். அவனையும் அவனுடைய அம்மாவையும் பொம்மைகளாகத்தான் பிறந்த வீடு, புகுந்த வீடு – இரு இடங்களிலும் நடத்தி வந்திருக்கிறார்கள்.

ராகவன் பெரிய சாமியார் காலில் விழுந்தான். அவர்களுடைய வழக்கம் ஐந்து அங்க நமஸ்காரம்தான். "நீங்கள்தான் என்னைக் காப்பாற்ற வேண்டும். இரண்டு மாதத்துக்காக நான் எங்கு போவேன்?"

"நீ பெண்ணை அழைத்து வந்திருக்கிறாயா?"

"இல்லை. அவள் அம்மாவுடன் இருக்கிறாள். அம்மா அவளுடைய அம்மா வீட்டில் இருக்கிறாள். அங்கே எல்லாருக்குமே கஷ்ட ஜீவனம்."

யுத்தங்களுக்கிடையில் . . .

"அப்படி இல்லாவிட்டால் நீ ஏன் இங்கு வரவேண்டும். ஹாஸ்டல் விதிகளில் விலக்கு தரமுடியாது. ஆனால் நீ ஆசிரமத்தில் சாதகனாக இருக்கலாம். ஆசிரமத்தில் சாதகனாகவும் இருந்து இறுதிப் பரீட்சைக்குத் தயார் செய்துகொள்வது சற்றுக் கடுமையாக இருக்கும்."

இப்படித்தான் ராகவன் சென்னையில் இருந்த இறுதி மாதங்களைச் சாதகனாகவும் கழித்தான். ஆசிரமத்துக்கே பம்பாயிலும் ஒரு பிரிவு இருந்தது. பரீட்சை முடிவு மே மாத இறுதியில் வந்தது. ஒரு தற்காலிகச் சான்றிதழ் வாங்கிக்கொண்டு அம்மா இருந்த கிராமத்துக்குப் போனான். அவன் போய்ச் சேர்ந்த வேளை அதிகாலை. அவன் வீட்டு முன்னால் ஒரு புதுப்பெண் தண்ணீர் தெளித்துக் கோலமிட்டுக் கொண்டிருந்தாள். உள்ளே அவனுடைய அம்மா சமையலறையில் இருந்தாள். அவன் கல்யாணத்தின்போது பார்த்ததற்கு இப்போது சற்று முகம் தெளிவாக இருந்தது போலிருந்தது. "அம்மா, வீட்டு முன்னால் ஒரு புதுப் பெண் இருக்காளே, யாரு?"

"இங்கே யாரும் புதுசு இல்லையே?"

"இல்லேயம்மா, இருக்கா"

அப்போது கோலமிட்டுக் கொண்டிருந்த பெண் சமையலறை வாசற் படியில் நின்றுகொண்டு, "அம்மா, நான் துணி தோய்ச்சு ஸ்நானம் பண்ணிட்டு வரட்டுமா?" என்று கேட்டாள்.

ராகவன் தாழ்ந்த குரலில் "இவளைத்தான் யாருன்னு கேட்டேன்" என்று சொன்னான்.

'தெரியலே? உன் மாமா பொண்ணு. உன்னைக் கல்யாணம் பண்ணிண்டவள்.'

ராகவன் அப்பெண்ணைப் பார்த்தான். அவளும் அவனை நேருக்கு நேர் பார்த்தாள், முதல் முறையாக.

ராகவன் தங்கிப் படித்த ஆசிரமத்தின் பம்பாய்க் கிளையிலிருந்து ஒரு தபாலட்டை வந்தது. பம்பாயில் ஒரு மோட்டார் தொழிற்சாலையில் மெக்கானிக்குகள் தேவை இருக்கிறது. ராகவன் பம்பாய்க்கு வரமுடியுமானால் வேலைக்குச் சேரலாம். சுமார் நூறு ரூபாய் கிடைக்கும் அந்தப் பணத்தில் ஒரு சிறு குடும்பத்தைச் சமாளிக்க முடியும்.

இந்த முறையும் ராகவனின் அம்மா வாயே திறக்கவில்லை. ராகவன் இருபது ரூபாய் கடன் வாங்கி ரயிலேறினான். பம்பாய் ஆசிரமத் தலைவர் நம்பிக்கை தவறவில்லை. மொழியே தெரியாத ஊரில் சிறிது ஆங்கிலத்தை மட்டும் வைத்துக்கொண்டு

ராகவன் வேலையில் சேர்ந்து கொண்டான். முதல் தேதி வரை ஆசிரமத்தில் இருக்கலாம் என்று அனுமதி கிடைத்தது. முதல் தேதியன்று பாதி மாதச் சம்பளம் கிடைத்தது. அறுபது ரூபாய்.

ராகவன் உடனே தபாலாபீஸ் சென்று ஒரு தபாலட்டை வாங்கினான். அம்மாவுக்கு வேலை கிடைத்த செய்தி மட்டும் தெரிவித்தான்.

முப்பது ரூபாய் வாடகையில் பம்பாயில் தமிழர் பகுதியிலேயே வீடு கிடைத்தது. தனியான ஒரு குளியலறை, தனியாக ஒரு கழிப்பறை. ராகவன் அந்நாள் வரை அறிந்திராதவை.

மூன்று மாதத்திற்குப் பிறகு வேலை உறுதிப்படுத்தப் பட்டது. இப்போது பிடித்தங்கள் உண்டு. சில சலுகைகளும் உண்டு. ஓராண்டுக்குப் பதினொரு நாட்கள் சம்பளத்துடன் விடுப்பு, அவனுக்கும் குடும்பத்துக்கும் மருத்துவ செலவைத் தொழிற்சாலை ஏற்றுக்கொள்ளும். அது ஒரு அமெரிக்கக் கம்பெனி. அப்போது இந்தியாவில் மோட்டார் கார் உற்பத்தி கிடையாது. ராகவன் வேலை செய்த தொழிற்சாலையில் அந்த அமெரிக்கக் கம்பெனி டெட்ராய்ட் நகரில் தயாரித்து இந்தியாவுக்கு அனுப்பும் முழு கார்களின் பராமரிப்பும் சரி செய்வதும் மட்டும் பணி. உதிரி பாகங்கள் அமெரிக்காவிலிருந்து வரும். கார் பாலிஷ் கூட அமெரிக்காவிலிருந்துதான் வரவேண்டும். இந்தியாவில் சில குறிப்பிட்ட நகரங்களில் சிறு சிறு ரிப்பேர் வேலைக்காகச் சிலரைப் பயிற்சி பெற வைத்தது. பெரிய ரிப்பேர் என்றால் பம்பாய் மெக்கானிக் அங்கு போய்த்தான் சரி செய்ய வேண்டும். அத்தகைய பொறுப்புகள் பத்து வருடங்கள் பணிபுரிந்த மெக்கானிக்குகளுக்குத்தான் தரப்பட்டது. காலை எட்டரை மணிக்குத் தொழிற்சாலை துவங்கினால் சரியாக மாலை ஐந்தரை மணிக்கு மூடிவிடவேண்டும். அரை மணிநேரம் பகல் சாப்பாட்டுக்கு. மிகுதி எட்டரை மணி நேரத்தில் ஒரு நிமிடம் கூட வீணடிக்க முடியாது. பதினொரு மணிக்கும் பிற்பகல் மூன்றரை மணிக்கும் வேலை செய்யும் இடத்திலேயே ஒரு கோப்பை தேநீர் தரப்படும். தொழிலாளர்கள் எல்லோருமே இயந்திரங்களாகவே இயங்கினார்கள். வாரம் இரு நாட்கள் சனி ஞாயிறு முழு விடுமுறை. அந்த இரு நாட்களில்தான் ஒரு தொழிலாளிக்கு அவனைப் பற்றியோ குடும்பம் பற்றியோ யோசிக்க அவகாசம் கிடைக்கும்.

இவ்வளவு கடுமையான வாழ்க்கை இருந்தும் ராகவனுக்கு அவன் எடை கூடுவதை உணர முடிந்தது. அவன் உடல் சிவக்க ஆரம்பித்தது. ஆங்கிலம் சரளமாகப் பேச முடிந்தது. அத்துடன், இந்தி, மராட்டி, குஜராத்தி மொழிகளையும் பேசமுடிந்தது.

சீருடைதான் மோசமாக இருந்தது. சரியான மாட்டுச் சாண வண்ணம். புதிதாகத் தொழிற்சாலைக்கு வருபவர்களுக்கு இயந்திரங்கள் எது, பணியாளர்கள் யார் என்று ஒரு கணம் திகைப்பு ஏற்படும்.

ராகவனுக்கு கிராமத்திலிருந்து கடிதமே வரவில்லை. அவனுடைய அம்மாவுக்கு எழுதப் படிக்கத் தெரிந்தாலும், அவள் எழுதமாட்டாள். அவள் மனவோட்டம் என்ன என்று யாருக்குமே சொல்ல முடியாது. அவளுக்கு மகிழ்ச்சியான எண்ணமே வரும் என்று சொல்ல முடியாது. பிரார்த்தனை செய்து கொண்டிருப்பாள். என்ன பிரார்த்தனையாக இருக்கும்?

அம்மா கடிதம் எழுதாவிட்டாலும் பார்வதி எழுதலாம். பார்வதி அவனுடன் பேசியது கிடையாது. அவன் எப்படிக் கடிதம் எழுதுவான்? அந்தக் கிராமத்தில் தபாலட்டைகள் கிடைக்குமா? தபால்களை எந்தப் பெட்டியில் போடுவார்கள்? அவனுடைய மாமாவுக்குத் தெரிந்திருக்கும். மாமாவுக்கு என்னவென்று கடிதம் எழுதுவது? அவர் இப்போது எந்த ஊரில் வேலை செய்து கொண்டிருக்கிறாரோ? அவருடைய அடுத்த பெண்ணுக்கு வரன் தேடிக்கொண்டு இருப்பார். பெண்களைப் பெற்றவர்களுக்கு நாற்பது வயது ஆனவுடன் ஒழுங்காகத் தூங்க முடியாது. கவலைப்பட்டுக் கொண்டே இருந்தால் எப்படித் தூங்க முடியும்?

சனி, ஞாயிறுகளில் ராகவனுக்குக் கவலை தாங்க முடியவில்லை. அவனுக்கு பதில் வராது, வரவே வராது என்று ஒருவாறு புரிந்துகொள்ள முடிந்தது. அதனாலேயே அவன் கவலை இன்னமும் அதிகரித்தது. அதே நேரத்தில் மனைவியைப் பார்க்கவேண்டும் என்று அசாத்திய ஆசையும் தோன்றியது. ஆனால் பதினொரு நாட்களில் என்ன செய்ய முடியும்? ஒருமுறை ஊருக்குப் போய்விட்டு வரவே பதினொரு நாட்களாகிவிடும்.

ராகவன் அவனுடைய வேலை உறுதி செய்யப்பட்ட பிறகு எப்போது ஓராண்டு முடியும் என்று காத்துக் கொண்டிருந்தான். அவனே சிறிது சிறிதாகப் பாத்திரங்கள் வாங்கி ஒரு கரியடுப்பும் வாங்கிச் சமைத்துக்கொள்ள ஆரம்பித்தான். அவனுக்கு ஆசிரமத்தில் சாப்பிட்ட உணவுதான் மனதில் தங்கியிருந்தது. ஓராழாக்கு அரிசி களைந்து வைத்துச் சாதம். புடலை அல்லது அவரை போட்டு ஒரு கூட்டு. ஓராழாக்குப் பால் வாங்கி அதில் பாதியைத் தயிராக்குவது, தயிரைக் கடைந்து ஒரு பாத்திரம் நிறைய மோராகப் பெருக்குவது. ராகவனுக்கு வீட்டு வேலையும் மோட்டார் கம்பெனி வேலை போலவே இருந்தது. ஒரே மாதத்தில் சமைப்பதில் நல்ல தேர்ச்சி வந்ததோடு, மேலும் சிலவற்றைச்

செய்ய பரிசோதனை செய்யும் ஆர்வமும் தோன்றியது. அவனுடைய அம்மா இருந்த கிராமத்தில் தேங்காய் சேர்க்காமல் சமைக்கமாட்டார்கள். தேங்காய் எளிதாக வாங்கிவிடலாம். சமையலுக்குப் பயன்படுத்துவது கடினம்.

தம்பி கடிதம் எழுதலாமே? அவனுக்கு இப்போது ஒன்பது, பத்து போலிருக்கும். ஏன் அவன் நினைவே வரவில்லை? கல்யாணத்தின்போது மாமா தம்பிக்குச் சட்டைகூட வாங்கித் தரவில்லை. அந்த மூன்று நான்கு ரூபாய் மிச்சம் என்று அவருக்குத் தோன்றியிருக்கும். ஒரு ரூபாய்க்கு நான்கு முழ வேட்டி ஒன்று வாங்கிக் கொடுத்துவிட்டார். தம்பி பள்ளிக்குப் போய்க் கொண்டிருக்கிறானா என்றுகூட கிராமத்துக்குப் போனபோது விசாரிக்கவில்லை. விசாரிக்கத் தோன்றவில்லை. அவனை இங்கு பம்பாயில் நன்கு படிக்க வைக்கவேண்டும்.

ஓராண்டு முடிவதற்கு ஒரு நாளிருந்தபோது அவன் வேலை செய்த கம்பெனிப் படிவம் ஒன்றில் பதினொரு நாள் விடுப்பு கேட்டான். காரணம் என்றிருந்த இடத்தில் 'அம்மாவை அழைத்து வரவேண்டும்' என்று எழுதியிருந்தான்.

மேலதிகாரி ஓர் அமெரிக்கன். ராகவனைக் கூப்பிட்டு, 'இது என்ன காரணம்?' என்று கேட்டார்.

"அது உண்மை சார்."

"நீ என்ன பச்சைக் குழந்தையா? அம்மா அப்பாவுடன் இருப்பாள்."

"அப்பா செத்துவிட்டார். ஒன்பது பத்து வருஷம் இருக்கும்."

"அப்போது உன் அம்மா எங்கே இருக்கிறாள்?"

"அவளுடைய அம்மா, அண்ணா வீட்டில்."

"அப்படி எல்லாம் இருக்க முடியுமா?"

"கணவன் இறந்துவிட்டால் அப்பா அம்மா வீடுதான்."

"அப்போது உன் அம்மாவின் பெற்றோர் வீட்டில் ஒரே கூட்டமாக இருக்கும்."

"இல்லை, சார். எனக்குத் தாத்தா கிடையாது. அங்கே என் பாட்டியும் அம்மாவும், தம்பியும்தான்."

"நீ அம்மாவை அழைத்து வந்துவிட்டால் உன் தம்பி என்ன செய்வான்?"

"அவனையும் அழைத்துவரப் போகிறேன், சார்."

"அப்போது அதையும் உன் படிவத்தில் எழுது."

ராகவன் எழுதினான். அந்த நாளில் ரயிலுக்கு முன்பதிவு கிடையாது. அவன் பயண நாள் கூட்டத்திற்குத் தகுந்தபடி அவனுக்கு இடம் கிடைக்கும். எல்லாருமே தெற்கு போகமாட்டார்கள். நடுவில் இறங்குவார்கள். அதேபோல நடுவில் ஏறவும் செய்வார்கள்.

இரு இரவுகள் ஒரு பகல் பயணத்திற்குப் பிறகு ராகவன் சென்னை வந்து சேர்ந்தான். சென்னையில், இரயில் நிலையத்திலேயே குளித்தான். அங்கிருந்து 'சின்ன இரயில்' நிலையமாகிய எழும்பூர் சென்று மாலைவரை காத்திருந்து திருவனந்தபுரம் இரயிலில் ஏறினான். இது ஓர் இரவு, ஓர் பகல் பயணம். மீண்டும் வாடி வதங்கி பஸ் நிலையத்தில் இரவைக் கழித்தான். காலையில் பேருந்து ஏறி பதினோரு மணியளவில் கிராமம் அடைந்தான். அவன் வருவது யாருக்கும் தெரியாது. பாட்டி மட்டும் கேட்டாள், "ஏண்டா ராகவா, இப்படிக் கறுத்துட்டே?"

"நாளைக்குப் பார், பாட்டி. நான் சிவப்பா இருப்பேன்."

"வேலை எல்லாம் சரியாயிருக்கா?"

"இருக்கு. வீடுகூடப் பாத்திருக்கிறேன். அம்மாவையும், தம்பியையும் அழைத்துண்டு போகப்போறேன்."

"அப்போ உன் மாமா பொண்ணு?"

"அவளையும்தான் பாட்டி."

"ஏண்டா, இப்படித் திடீர்னு சொல்லறே? முன்னாலே தெரிவிக்கக் கூடாதா?"

"நான் கடுதாசு எழுதினா யார் பதில் எழுதுவா?"

"நீ எழுதினயா?"

"எழுதினேன், பாட்டி. நான் வேலையிலே சேர்ந்தவுடனே எழுதினேன். சந்தோஷம்னு ஒரு வார்த்தை வரலை."

பாட்டி அவசரம் அவசரமாக ஆண்டுக்குத் தேவையான மிளகாய்ப்பொடி, மஞ்சள் பொடியெல்லாம் பெண்ணையும், பேத்தியையும் இடிக்க வைத்தாள். ராகவன் கிளம்பலாம் என்ற நாள் புதன்கிழமை. செவ்வாய்க்கிழமையும் வடக்கே சூலம் என்று சொல்லிக் கிளம்பக் கூடாது என்றாள். அதனால் திங்களே ராகவன் அவனுடன் இன்னும் இரண்டரை பயணச் சீட்டுகள் வாங்கி பம்பாய் கிளம்பினான். பாட்டிக்குத் தெரியும்,

அவர்களை மீண்டும் பார்க்க முடியாது என்று. இது பெரியவர்கள் எல்லாருக்கும் தெரிந்தது. ராகவனுடைய தம்பி மிகவும் உற்சாகமாயிருந்தான். எப்படியும் ஒரு வாரம் அல்லது பத்து நாட்கள் பள்ளி என்று கிடையாது. நீண்ட இரயில் பயணம். ராகவனுக்கு அவனைப் பார்த்துப் பரிதாபமாகவும் இருந்தது; பொறாமையாகவும் இருந்தது. பத்தொன்பது வயதில் ராகவனுக்கு வந்து சேர்ந்த குடும்பச் சுமை அவனுக்கு வரச் சாத்தியமில்லை. அது ஒன்றுதான் பொறாமைப்படக் கூடியது. அவனுடைய வாழ்க்கை ராகவனுடையது போலிருக்காது. ஒரு சாமியாரும் அவனுக்கு ஆதரவு தரமாட்டார்கள். அப்பா அம்மா ஆதரவில் இருக்கும்போது அது குழந்தைக்குக்கூட இயல்பானதாகத் தோன்றும். ஆனால் அண்ணா தயவில் வளருவது ஏதேதோ சிக்கல்கள் கொண்டு வரக்கூடியது. அந்த கிராமத்திலேயே அது நேர்ந்தால் அங்கு யார் வீட்டுக்கு வேண்டுமானாலும் போய் அழலாம். ஆனால் அது பம்பாயில் முடியுமா? ராகவனுக்குத் தன் தம்பி இப்போதிருக்கும் உற்சாகம் எப்போதுமிருக்க எப்படி எல்லாம் தான் நடந்துகொள்ள வேண்டும் என்று யோசிக்கத் தொடங்கினான்.

❍

ராகவனுக்கு அவனுடைய தம்பி சுவீகாரம் போவதாயிருந்தது தெரியாது. அவனுக்கு அத்தைகளின் பெயர்கள்கூடச் சரியாகத் தெரியாது. பெரிய அத்தை ஒரு கிராமத்தில் இருக்கிறாள் என்று தெரியும். மற்றவர்கள் இரண்டாம் தாரமாக மணம் செய்விக்கப்பட்டு இருவரும் விதவைகளாகி விட்டார்கள் என்றும் தெரியும். இப்போது அவனுக்கு முறையான உத்தியோகம் கிடைத்துவிட்டது. அவனுடைய அம்மாவும், தம்பியும் அவன் வீட்டில் இருப்பார்கள். மனைவியும் வருகிறாள். அவனுக்கு மாமா வீட்டு மனிதர்கள்தான் அதிகம் அறிமுகம் ஆகியிருந்தாலும் அவனுக்கு அவனுடைய அப்பா வீட்டு மனிதர்களைத் தெரிந்துகொள்ள வேண்டுமென்று உள்ளூர ஆசை இருந்தது. அவனுடைய பெரியப்பா மகன்கள் இருவர் பெயரும் தெரியும். ஆனால், சித்தப்பாக்கள் மூவருக்கும் கல்யாணமாகிவிட்டதா, குழந்தைகள் இருக்கிறார்களா என்று தெரியாது. சித்தப்பாக்கள் இருந்த பிரதேசம் ஒரே நாள் ரயில் பயணத்தில் அடையக் கூடியதாக இருந்தது. அவனுக்கு அவர்கள் அப்போதே மிக நெருக்கமாக இருப்பதாகத் தோன்றியது.

அவன், அவனுடைய தாயார், மனைவி, தம்பி பம்பாய் இரயில் நிலையத்தை அடைந்தபோது அவனுடைய தாயார்

இரயில் நிலையத்தைப் பார்த்து, திறந்த வாய் மூடாது இருந்தாள். அவனுடைய மனைவியாவது சில ஊர்கள் சென்றிருக்கிறாள். ஆனால் அம்மா அவள் பிறந்த வீட்டைத் தவிர வேறெங்குமே போகவில்லை. கணவன் இருந்தபோது சமையற்கட்டு ஒன்றுதான் அவள் அறிந்தது. இரண்டு குழந்தைகள் பிறந்ததுகூட வியப்பாக இருந்தது. கணவன் இறந்ததுகூட அவளுக்குச் சரியாகப் புரியவில்லை. மாமியார் அவள் கவனத்தை அப்படி ஆக்கிரமித்து இருந்தாள். கணவன் இறந்தபோது மாமியார் "அழுடி" என்று சொன்ன பிறகுதான் அவள் அழுதாள். இங்கே பம்பாய் இரயில் நிலையம் உலகம் எவ்வளவு விசாலமானது என்று தெரிவிப்பது போலிருந்தது.

ராகவன் அவர்களை பம்பாய் மின்சார இரயிலில் அழைத்துப் போனபோது அவனுடைய தம்பி, "இது இஞ்சினே இல்லாம ஓடறதா?" என்று கேட்டான்.

"இல்லை. இதுலே வண்டி ஒண்ணு மேலே ஒரு சதுரம் தெரியறது பார். அதுதான் இஞ்சின். அந்தச் சதுரம் ஒரு கம்பியைத் தொடறது. அந்தக் கம்பியினாலே வண்டி ஓடறது."

இவ்வளவு விளக்கமாகச் சொல்லியும் தம்பிக்கு ஒன்றும் புரியவில்லை என்று அவனுடைய முகத்தில் தெரிந்தது. மனைவி வாயே திறக்கவில்லை.

மின்சார இரயில் ஒரு நிலையம் வந்தபோது ராகவன் அவனுடைய தாயார், மனைவி, தம்பி எல்லாரையும் அவசரம் அவசரமாக இறக்கினான். சாமான்களில் ஒரு பெரிய பெட்டி, ஒரு பெரிய மூட்டை இந்த இரண்டையும் அவர்கள் கையில் தூக்கிக்கொண்டு போக முடியாது. சிவப்புச் சட்டை அணிந்த ஒருவரிடம் ராகவன் சொல்ல அவர் பெட்டி, மூட்டை இரண்டையும் தலைமீது தூக்கிக் கொண்டு ஒரு கையில் டிபன் காரியரையும் தூக்கிக் கொண்டார். அதுவரை அவன் தம்பி இவ்வளவு ஜனத்திரளைப் பார்த்ததில்லை. மொழி தெரியாத ஊரில் இருக்கிறான் என்ற உணர்வும் அவனுடைய முகத்தில் பிரமிப்புடன் ஒரு பதட்டமும் வெளிப்பட்டது. யாருமே ஒரு வார்த்தை பேசவில்லை. இரயில் நிலையத்துக்கு வெளியே வந்தவுடன் ராகவன் ஒரு குதிரை பூட்டிய வண்டியில் சாமான்களை வைக்கச் சொன்னான்.

"இது சாரட் வண்டிதானே?" என்று தம்பி கேட்டான்.

"சாரட் மாதிரிதான். ஆனால் இங்கே விக்டோரியா என்று பெயர். ஒரே குதிரை. நம்மூர் ஜட்கா மாதிரிதான். ஆனால்

அதைவிட ரொம்ப சௌகரியம். நாலு சக்கரம். மேலும் கீழுமாகப் போகாது” ராகவன் சொன்னான்.

“ஊர்வலம் போற மாதிரி இருக்காதா?”

“நீ தெருவிலே பார். நிறையப் பேர் இந்த மாதிரி வண்டியிலேதான் போயிண்டிருப்பாங்க.”

“கூச்சமா இருக்காதா?”

“கூச்சப்படற மாதிரி தெரியலை.” சிறிது பொறுத்து ராகவன் மேலும் சொன்னான், “ஒரு காலத்திலே ரயில்லே எப்படி யார் யார் ஒரு வேலையே சேர்ந்து போறதுன்னு சொல்லியிருப்பாங்க. நம்ப கிராமத்து அத்தை ரயிலே ஏறினது கிடையாது. ஆனா அவள் இப்போ அம்மாவைப் பார்க்க வரணும்னா ரயில்லேதான் வரணும்.”

ராகவன் வாடகைக்கு அமர்த்தியிருந்த வீடு இன்னமும் வியப்பைத் தந்தது. அம்மா மெதுவாகக் கேட்டாள், “இங்கே கிணறு கிடையாதா? பின்னாலே இருக்கா?”

“பின்னாலே இன்னும் வீடுகள்தான் இருக்கும். நான் போய்ப் பார்த்ததில்லை. குழாயைத் திறந்தா தண்ணி வரும்.”

“நம்ம வீட்டுக்குள்ளே குழாயா?”

“ஆமாம்மா. ஆனா எப்பவும் வராது. காத்தாலே ஆறு மணிலேந்து எட்டு மணி வரைக்கும் வரும். அதே போலச் சாயந்திரம் அஞ்சுலேந்து ஆறு மணி. அதுக்குள்ளே நாம பிடிச்சு வைச்சுக்கணும்.”

“இப்போ தண்ணி வருமா?”

“மணி ஏழுதானே ஆறது? வரும்.”

அம்மா சாக்கிலிருந்து ஒரு சிறிய அடுப்பு எடுத்தாள்.

“அம்மா, இங்கு விறகு கிடைக்காது. இந்த அடுப்பை உபயோகப்படுத்தவே முடியாது. நான் கரி வாங்கி வைச்சிருக்கேன். இங்கே சமையலுக்குன்னு இருக்கிற ஒரு சின்ன குழாய் இருக்கு. நான் அதுக்கு இன்னமும் பணம் கட்டலே. அடுத்த மாதம் கட்டுவேன். அப்போ குழாய்லேந்து டியூப் வைச்சு அதுக்குன்னு இருக்கிற அடுப்பிலே சமைச்சுடலாம்.”

“இதெல்லாம் விறகு மாதிரி ஆகுமோ?”

“எனக்குத் தெரியாது. இந்த ஊரிலே இது வைச்சுண்டுதான் ரொம்பப் பணக்காராலேந்து பரம ஏழைகூடச் சமைக்கணும்.

ரொம்பச் சௌகரியமா இருக்கும். இதெல்லாம் இருக்கிறதுனாலே தான் இது பம்பாய்."

அவனுடைய அம்மா இவ்வளவு விசாரித்தது ராகவனுக்கும் ஆச்சரியமாக இருந்தது. அவன் திடீரென்று அம்மா காலில் விழுந்தான்.

"அம்மா, நீ பேசும்மா. இனிமே இங்கே எல்லாமே உன் பேச்சுதான்."

அப்போதே இன்னொரு பெண்ணின் கண்கள் அவர்களிருவருடைய ஒவ்வொரு அசைவையும் கவனித்துக் கொண்டிருப்பதையும் உணர்ந்தான்.

பணக்கார விதவை

சீதாவுக்குத் தன் நிலை, பொறுப்புகள், வசதிகள் எல்லாம் புரியப் பல மாதங்கள் ஆகின. கணவரின் உறவுக்காரர்கள், அவளுடைய அம்மா, அக்காக்கள், அண்ணன் தம்பிமார்கள், அவர்களுடைய குழந்தைகள் – எல்லாருமே அவளிடம் பேசும்போது அவள் ஏதாவது சொன்னால் குறுக்கே பேசாமல் அதை அப்படியே ஏற்றுக்கொள்வதும் அவளுக்குச் சங்கடமாக இருந்தது. அம்மாதான் ஓரிரு வார்த்தைகள் சொல்வாள். அது மிகவும் தவறான கணிப்பாக இருக்கும். ஆதலால் அதற்கு எதிரான முடிவுதான் அவள் எடுக்க வேண்டிவரும்.

காரியஸ்தர் நல்லவராக இருந்தார். நிலத்தைக் குத்தகை மாற்றாமல் பத்து மரக்கால் நெல் அதிகமாக வர வசதி செய்திருந்தார். "வீட்டு வாடகை மட்டும் நீங்களே வாங்கிவிடுங்கள்" என்று சொன்னார். சீதாவுக்குக் காரணம் தெரிந்தது. அவளே அந்த வீடுகளுக்குப் போய்ப் பார்த்த பிறகு.

ஆனால் அவளுக்கு அப்பெண்மணிகள் மீது பரிதாபம்தான் ஏற்பட்டது. நான்கு வீடுகளில் ஒன்று அவள் தெருவிலேயே இருந்தது, கணவனுடைய உறவினர்கள். ஒரு பைசா வாடகை வராது. ஆனால் மாதம் தவறாமல் வீடு பற்றி ஏதாவது குறை கூறிக் கொண்டிருப்பார்கள். அந்தப் பெண்மணிகளாகக் குடியிருந்த வீடுகளில் வாசற்புறமும் முதல் கட்டும் மிக நேர்த்தியாக இருந்தன. பளிச்சென்று வெள்ளையடித்துக் கரைகளுக்குச் சீராகக் காவியிட்டிருந்தார்கள். தொங்க விட்டிருந்த லாந்தல் விளக்குகள் நன்கு துடைக்கப்பட்டுச் சுத்தமாக இருந்தன. சீதாவிடம் பேசும்போதே சற்று நாணிக் கொண்டுதான்

பேசினார்கள். ஆனால் அவர்கள் கொண்டிருந்த மரியாதை வெறும் பாவனையில்லை என்று தெரிந்தது. வக்கீல் ஐயர் அற்பாயுளில் போனது அவர்களுக்கு உண்மையான துக்கம் தந்தது என்று சீதாவால் உணர முடிந்தது. தன் கணவர் உத்தமசீலராகவும் இருந்து வீட்டுச் சொந்தக்காரராகவும் மரியாதைக்குரியவராக நடந்துகொண்டிருக்கிறார். "ஐயர் கட்சிக்காரர் யாரையாவதுதான் அனுப்புவார். அவர் யாரை அனுப்பிச்சாலும் அவர்கிட்டே மொத்தப் பணத்தையும் கொடுத்துவிடுவோம். பாக்கி நிக்கறதுன்னு அவரு சொன்னதில்லே" என்றார்கள்.

சீதாவுக்கு இந்த வீடுகள் அவளுடைய கணவருக்கு எப்படி வந்து சேர்ந்தது என்று முதலில் தெரியாது. அவராக வாங்கியிருப்பாரா? அப்படியே வாங்கியிருந்தாலும் இந்தப் பெண்மணிகளுக்கு வாடகைக்கு விட்டிருப்பாரா? முதலில் காரியஸ்தர் சொல்லவில்லை. அவருக்கும் சரியாகத் தெரியாது. ஆனால் அவர் மேற்கொண்டு விசாரித்ததில் இவை கட்சிக்காரர்களிடமிருந்து வந்தது என்று தெரிந்தது. சீதாவின் கணவருக்கு முதலில் வக்கீல் குமாஸ்தாவாக இருந்தவர் இப்போது ஒரு கும்பகோணம் வக்கீலிடம் போய்ச் சேர்ந்திருக்கிறார். அந்த மூன்று வீடுகளும் கடும் தண்டனையிலிருந்து தன் கணவர் தப்பவைத்த மூன்று வெவ்வேறு கட்சிக்காரர்கள் சாசனம் செய்து கொடுத்தது. சீதாவின் கணவருக்கு நிலம் மீது இருந்த மரியாதையும், நம்பிக்கையும் வீடுகள் மீது கிடையாது. எந்த வீட்டிலும் ஒரு துர்மரணம் நடந்திருக்கும். வீட்டுக்காரர்கள் யாருடைய வயிற்றெரிச்சலுக்காவது காரணமாயிருந்திருப்பார்கள். வயிறெரிந்து ஒருவர் சாபம் இட்டிருந்தால் அது வீட்டில் சூழ்ந்துகொண்டே இருக்கும். சாபங்கள் வீண்போவதில்லை.

சாபம் பற்றிச் சீதாவுக்கு நிறையவே தெரியும். மூன்று சகோதரிகள், ஒருத்திக்கும் குழந்தை கிடையாது. இருவர் இருபது வயதுக்குள் விதவைகள். இதெல்லாம் சாபம் இல்லாமல் நேர்ந்திருக்குமா? யார் அந்த சாபத்தை இட்டார்கள்? எதற்காக? அவள் கணவன் வீடுகளில் குடியிருக்கும் பெண்மணிகள் சாபம் வீண் போகுமா? நிச்சயமாகப் போகாது. ஆதலால் அவர்கள் சபிக்கும்படி எதுவும் செய்யக்கூடாது.

அவளுடைய மூத்தாள் மகன் அவளுடனிருந்தால் அவனை வாடகை வாங்கிக்கொண்டு வர அனுப்பலாம். ஆனால் தன் கணவனே அப்படிச் செய்ததாகத் தெரியவில்லை. காரணம் இருக்கும். பரிதாபப்படக்கூடிய வாழ்க்கையை வாழ்ந்தாலும் அவர்கள் நாணிக் கொண்டு பேசுவது பயமாக இருந்தது. பதினாறு வயது இளைஞனை அவர்கள் வீட்டுக்கு அனுப்பலாமா? தன்

கணவன் செய்யாததை அவள் செய்யக்கூடாது. ஆனால் இப்போது கட்சிக்காரர்கள் கிடையாதே? காரியஸ்தர் தீர்மானமாக முடியாது என்று கூறிவிட்டார். அப்பெண்மணிகளாக அக்கிரகாரத்துக்கு வந்து வாடகை தரமாட்டார்கள். ஆதலால் ஏதாவது ஏற்பாடு செய்ய வேண்டும்.

அந்த வாடகையே வேண்டாம் என்று இருந்து விடலாமா? சீதாவுக்கு அந்த எண்ணம் உண்மையாகவே மகிழ்ச்சி தந்தது. யாரோ கூரைக்கு அடியில் இருப்பதற்குக் கட்டணம் வாங்குவது நியாயமா என்றுகூட அவளுக்குத் தோன்றியது.

அவள் அப்பாவுக்கு இரு சகோதரிகள் இருந்தார்கள் என்றும் அதில் ஒருவர் சுவீகாரம் போய்த் திருமணமான முதல் வருடமே இறந்து போனார் என்றும் கேள்விப்பட்டிருந்தாள். ஏனோ அந்த வீட்டுக்காரர்கள் பதினாறு பெற்றுப் பெருவாழ்வு வாழ்ந்த பள்ளிக்கூட வாத்தியார் வீட்டோடு எந்த உறவும் வைத்துக் கொள்ளவில்லை. ஆனால் திடீரென்று ஒரு நாள் அவள் வயதே இருக்கும் இளைஞன் ஒருவன் அவள் வீட்டிற்கு வந்து, “என்ன அக்கா, என்னைத் தெரியவில்லையா?” என்று கேட்டான்.

சீதா அப்போதுதான் குளித்துவிட்டு மொடமொடவென நார்மடிப் புடவை ஒன்றைச் சுற்றிக் கொண்டிருந்தாள். இரு தோள்களையும் மூடிக்கொண்டு, “தெரியலையே?” என்றாள்.

“நான் உன் சித்தப்பா பிள்ளை. வைத்து.”

“சரி, இருந்து சாப்பிட்டு விட்டுப் போங்கோ.”

அவன் சற்றுக் கலகலப்புக் குறைந்து, “உங்களுக்கு அடையாளம் தெரியலைன்னு நினைக்கிறேன்” என்றான்.

“சித்தே இருங்கோ. இன்னிக்கு அம்மா வந்தாலும் வந்துடுவா. காரியஸ்தரும் வந்துவிடுவார்.”

“அம்மா உங்க கூடத்தான் இருக்காளா?”

“அக்காவும் கொஞ்ச நாளைக்கு வந்திருந்தா. அவளுக்குத் தெரிந்திருக்கும். அடுப்புலே உலை கொதிக்க ஆரம்பிச்சிருக்கும். உக்காந்துக்கோங்கோ.”

சீதா சமையலறை சென்றாள். அவளுக்கு ஒரு உறவினைப் பார்த்ததில் மகிழ்ச்சியும் இருந்தது, பயமும் தோன்றியது.

வைத்துவின் கண் அலைபாய்ந்து கொண்டிருந்தது. அவளுடைய இரு அண்ணன்மார்கள், தம்பி கண் அப்படி இராது. மணமாகிச் சில மாதங்களிலேயே அவள் விதவையாகி

விட்டாலும் அச்சில மாதங்களில் எவ்வளவோ விஷயங்கள் தெரிந்தன. புரியாது இருந்தவை புரிந்தன.

வைத்து அந்த ஊரிலேயே தங்கிப் பள்ளி இறுதி வகுப்பு படித்துக்கொண்டிருந்தான். அவன் கும்பகோணத்தில் படிப்பதாயிருந்தால் அவனுடைய கிராமத்திலிருந்தே நடந்து அல்லது சைக்கிளில் பள்ளிக்குப் போகலாம். ஆனால் இங்கு அவனுக்காக ஒரு வீடு அமர்த்தி சமையலுக்கும் ஆள் ஏற்பாடு செய்திருந்தார்கள்.

சீதாவுடைய தம்பிகள் பள்ளிப் படிப்பு முடிப்பதற்கே அவர்கள் குடும்பம் திணறியது. அம்மா மூன்று பையன்களையும் கரித்துக் கொட்டிக் கொண்டிருந்தாள். பத்தாவது கூடப் படிக்காத பையனுக்கு என்ன உத்தியோகம் கிடைக்கும்? என்ன சம்பளம் கிடைக்கும்? மூவரும் சமயம் வாய்த்தபோது அயல்தேசம் போன்றதற்குப் போய்விட்டார்கள். ஒவ்வொருவனும் அம்மாவுக்கு மாதம் ஐந்து ரூபாய் அனுப்ப வேண்டும். இந்த ஐந்து ரூபாய்க்காகப் பிறந்து வளர்ந்த ஊரைவிட்டு, நண்பர்கள் ஆற்றங்கரை எல்லாவற்றையும் விட்டுக் கண்காணாத ஊருக்குப் படிப்பதற்காக வீடு, சமையற்காரர் எல்லாவற்றுக்கும் அவன் அம்மா தயாராக இருந்தாள். அவன் பிறக்கவிருக்கும்போதே அவனுடைய அப்பா போய்விட்டார். ஆதலால் அவனுடைய அம்மாவும் தன்னைப் போலத்தான் இருக்க வேண்டும்.

வந்தவனுக்கு ஒரு தம்ளர் மோர் கொடுத்துவிட்டு, "இருந்து சாப்பிட்டுவிட்டுப் போறேளா?" என்று கேட்டாள்.

"எனக்குன்னே சமையற்காரர் சமைச்சிருப்பார். இன்னொரு நாள் சொல்லிவிட்டு வருகிறேன்.

மீண்டும் அவன் கண்கள். ஆனால் தகப்பனார் உறவினர்கள் என்று இவன் ஒருவன்தான் வந்திருக்கிறான். அப்பா அவ்வளவு தரித்திரத்தில் இருந்தாரா, யாரும் ஒட்டிக் கொள்ளாததற்கு? எப்படிச் சொந்த அண்ணன் தம்பிகள் பணத்தை வைத்து அலட்சியம் செய்கிறார்கள்? இல்லாமல் போவது அவ்வளவு இளப்பமா? இப்போது அவளிடம் நிலம், சொத்து, வீடு எல்லாம் இருக்கிறது. ஆனால் மாதம் ஒருமுறை தலையை மழித்துக் கொள்ள வேண்டியிருக்கிறது. ஒரு கல்யாணம் கார்த்திகைக்குப் போக முடியாது. நாளெல்லாம் மடியாக நார்மடி. இந்த நார்மடிதான் எப்படி நாற்றமடிக்கிறது?

சீதா தன் மூத்த மன்னிக்குக் கடிதம் எழுதினாள். அவளுடைய பிள்ளைகளில் பெரியவனை அனுப்ப முடியுமா? படிப்பு அதிகம் வராமல் அவன் பாட்டி வீட்டில் இருந்தான். சின்னவனை

அவனுடைய மாமா படிக்க வைத்துக்கொண்டிருந்தான். பெரியவன் சீதா வீட்டில் இருந்துகொண்டு வேலை தேடலாம். அவளுக்கும் துணையாக இருக்கும்.

அவளுடைய அண்ணனின் பெயர் என்ன என்றுகூட அவளுக்குத் தெரியாது. அவளுடைய இரு அண்ணன்களாகிய ரங்கமணி, சாம்பசிவனுக்கு நண்பர்கள் கிடையவே கிடையாதோ என்பதுபோல வீட்டுக்கு யாரும் தேடி வந்தது கிடையாது. தகப்பனார் வாத்தியார் என்பது ஒரு காரணம் இருக்கலாம். ஆனால் சீதாவுக்கு அதைவிட அவளுடைய அம்மாவின் நாக்கு காரணம் என்பது அவள் கல்யாணம் முடிந்து விதவையான பிறகுதான் ஒரு மாதிரி புலப்பட்டது. ஆனால் அம்மா சீதாவுடைய வீட்டில் அதிகம் வாயெடுக்கவில்லை. "இதெல்லாம் இந்த வீட்டில் வேண்டாம்மா" என்று ஒருமுறை சீதா இன்னும் இருவர் இருக்கும்போது சொன்னாள். அவள் சண்டை போடுவது போலச் சொல்லவில்லை. ஆனால் பேச்சில் ஓர் உறுதி இருந்தது. மற்றவர்கள் அதைக் கவனித்தார்கள் என்று கூற முடியாது. ஆனால் அம்மா உணர்ந்து கொண்டாள். இந்த ஒரு மகள் அம்மாவின் தலைப்பு விரிப்பில் ஒளிந்துகொள்ள மாட்டாள்.

ஆனால், சீதாவுக்கு வேறு சில கவலைகளும் வந்தது. முதன் முதலில் அவளிடம் வந்து சேரும் பணம். அதை எப்படிப் பாதுகாப்பது? காரியஸ்தர் அடுத்த தெருவில் இருந்த பண்டாபீசில் போடலாம் என்றார். அவளே ஒருமுறை அங்கு போய்வர வேண்டியிருந்தது. ஏனோ அவளுக்கு நம்பிக்கை வரவில்லை. அந்த ஊரில் ஒரு வங்கி இருந்தது. அதற்கு வண்டி வைத்துக் கொண்டுதான் போக வேண்டும். வீட்டிலேயே காமிரா அறையிலிருந்த இரும்புப் பெட்டியில் போட்டு வைக்கலாம். ஆனால், கள்ளன் பயம், கொள்ளைக்காரர்கள் பயம் அந்த ஊரில் உண்டு. வக்கீலுடைய வீடு கன்னம் வைத்து வருவதற்கு வசதியாக இல்லாமல் தெரு நடுவில், இரு புறங்களிலும் ஐந்தாறு வீடுகள் மத்தியில் இருந்தது. வாசற்கதவு, கொல்லைக் கதவு எளிதில் திறக்கக்கூடியது அல்ல. இரண்டும் கோட்டைக் கதவுகள் போல இருந்தன. ஆனால் பயமாக இருந்தது.

அண்ணன் மகன்

நீரிழிவு வந்து காலில் காயம் பட்டு, முதலில் பாதம், அப்புறம் கணுக்கால், கடைசியில் காலையே எடுத்த நிலையில் உயிர்விட்ட ரங்கமணியின் மூத்த மகன் பல விதங்களில்

அப்பாவைப் போலிருந்தான். நிரந்தரமாக குழப்பத்தில் இருப்பவன் போன்ற தோற்றத்தைக் கொண்டிருந்தான். ஒன்பதாவது வரை தட்டுத் தடுமாறிப் படித்துவிட்டான். ஆனால் பத்தாவதில் மூன்று முறை பரீட்சை எழுதியும் தேறவில்லை. ஏதாவது தெரியாமல் போனால் சொல்லித் தர அப்பாவும் இல்லை. தம்பி கல்லூரியில் சேர்ந்து யார் யார் தயவிலோ படித்து வந்தான். 'அந்தக் குடும்பத்திலேயே மூத்தது மக்கு' என்று சொன்னார்கள். ஆனால் அவன் அப்பா மக்குப் பெயருடன் அரசு உத்தியோகத்தில் இருந்ததுடன் அவர் தம்பிக்கும் நல்ல வேலை வாங்கிக் கொடுத்துவிட்டார். தம்பியுடைய போதாத காலம், செய்யாத குற்றத்துக்காக வேலையிலிருந்து நிறுத்திக் கடைசியில் சிறையிலும் வைத்து விடுவார்கள் போலிருந்தது. சிறையிலிருந்து அவன் தப்ப உயிரையே விட்டுவிட்டான்.

சீதாவின் கடிதம் கிடைத்தவுடன் ரங்கமணியின் மனைவி அவளுடைய அப்பா மற்றும் அண்ணாவைக் கேட்டாள். "அத்தைதானே கூப்பிடறா? போயிட்டு வரச் சொல்லு. இங்கே வெறுமனே ஊரைச் சுத்திண்டிருக்கிறதுக்கு அங்கே ஏதாவது உபயோகமா இருக்கட்டும்."

ரங்கமணியின் மூத்த மகனிடம் அவன் அம்மா அத்தை வீட்டுக்குப் போகச் சொன்னாள். "அங்கே ஒழுங்கா இரு. அது பெரிய ஊரு. அங்கே பெயரைக் காப்பாத்தறது ரொம்ப முக்கியம்."

ராமசுப்பு பஸ்ஸேறி அத்தை வீட்டுக்குப் போனான். அவனைப் பார்த்தவுடன் சீதா மகிழ்ச்சி தெரியவும் இருந்தாள். விம்மி விம்மி அழவும் செய்தாள். இரண்டு அண்ணன்களுக்கும் துக்குரி அதிர்ஷ்டம். ஆனால் ரங்கமணியை ஒத்தைக் காலுடன் பாடையில் கிடத்தும்போது துக்கம் தாங்க முடியவில்லை. அவளுக்கு மட்டும் இல்லை. கல்மனது என்று அறியப்பட்ட அம்மா கூடத் தாங்க முடியாத துக்கத்தோடு அழுவதை அறிய முடிந்தது.

"நீ இங்கேயே இருந்துடறியா?" என்று சீதா ராம்சுப்புவைக் கேட்டாள்.

"ஆமா, இங்கேதானே இருக்கேன்?"

"இல்லேப்பா, எப்பவுமே இங்கே இருந்துடறியான்னு கேட்டேன்."

"நான் இன்னும் பரீட்சை முடிக்கலியே?"

"ஒரு தரம் போனேல்லே?"

ராமசுப்பு பதில் சொல்லவில்லை.

“இங்கே இருந்துண்டு படிச்சுப் பரீட்சை எழுதலாம். இங்கே அத்திம்பேர் ஆபீஸ் ரூம் அப்படியே இருக்கு.”

“அங்கேயெல்லாம் உக்கார முடியாது.”

“சரி, இங்கேயாவது மேஜையைப் போட்டுக்கோ.”

“அம்மாகிட்டே சொல்லிடறேளா?”

“நான் அப்படித்தான் எழுதியிருக்கேன்.”

“அம்மா சொன்னது சரியாப் புரியலே. நான் துணிமணி கூட நிறைய எடுத்துண்டு வரலை.”

“இங்கே வாங்கிண்டாப் போச்சு. அத்திம்பேருடையது கூட உனக்குச் சரியா இருக்கும்.”

“அதெல்லாம் போட்டுக்கப் பயமா இருக்கும்.”

“உனக்கு ஒரு அத்தான் உண்டு. அவனுடையது கூட இருக்கு.”

“யாரோ காணாம போயிட்டானே, அவனுடையதா?”

“சரி, நீ குளிச்சுட்டுச் சாப்பிடவா.”

சீதாவுக்கு ராமசுப்பு அவன் அப்பா போலவே இவனும் சுறுசுறுப்பு இல்லாதவன் என்று தோன்றியது. ஆனால் இவன்தான் அம்மா வீட்டில் வெறுமனே இருந்தான். இரண்டாமவனுக்கு வந்த படிப்பு இவனுக்கு வரவில்லை.

சீதாவுக்கு மீண்டும் அவளுடைய மூத்தாள் மகன் நினைவுக்கு வந்தது. எவ்வளவோ கெட்டிக்காரனாக இருந்த அவன் இப்படி வீட்டை விட்டுப் போய் விட்டானே? அவன் மட்டும் இருந்திருந்தால்?

அவன் இருந்திருந்தால் அவனுடைய அப்பா திடீரென்று உயிரை விட்டிருக்க மாட்டார். அவள் இருபது வயதில் தலையை மழித்துக் கொண்டு வீட்டோடு கிடக்க மாட்டாள்.

ராமசுப்பு நன்றாகச் சாப்பிட்டான். நன்றாகத் தூங்கினான். இரண்டு நாட்கள் ஒன்றும் தெரியாதவன் போல இருந்தான். மூன்றாம் நாள் வெற்றிலை பாக்கு போட்டுக் கொண்டான். வெற்றிலை பாக்கு மட்டும் போதுமா? புகையிலையும்தான்.

“பாட்டிக்குத் தெரியுமா?” என்று சீதா கேட்டாள்.

“எது?”

"நீ புகையிலை போடறது."

"தெரியுமே. எங்கப்பா, சித்தப்பா எல்லாரும் போட்டுக்கறது தானே."

"உன்னுடைய ஒரு சித்தப்பா போட்டுக்க மாட்டார்."

"அதான் அவரும் உயிரை விட்டார்."

சீதா பேச்சை நிறுத்திக்கொண்டாள்.

◯

வாடகை

சீதாவுக்குப் பணக்கார விதவையாக இருப்பது பழகிவிட்டது. மடியும் மொட்டைத் தலையும் நார்மடியும் இருபத்தைந்து வயது கூட முடியாத அவளுக்குக் கவச குண்டலமாக இருந்தது. சுமுகமாகப் பேசினாலும் அவள் சிரிக்காமலே இருக்கவும் பழகிவிட்டாள். ராமசுப்பு அவள் வீட்டிலேயே இருந்து விட்டான். மக்குப் பையன்தான். ஆனால் உறவுப் பையனை வளர்க்காது யாரை வளர்ப்பது? கணவன் வீட்டாருக்கு சீதாவுடைய அம்மாவின் வாயைக் கண்டு மிகவும் பயம். உண்மையில் கடுமையாக நாக்கு இருந்தால் அதுவும் ஒரு பெண்ணுக்குப் பாதுகாப்புத்தான். முதலிலிருந்தே அவளுக்கு மகன்கள் எல்லாருமே முட்டாள்கள் என்று தோன்றி விட்டிருக்க வேண்டும். ஒரு மகனையும் அவள் கடும் வாய் விட்டு வைக்கவில்லை. ராமசுப்புவின் அப்பாவும் ராகவனின் அப்பாவும் மிகவும் துன்பப்பட்டாலும் எப்படியாவது பிழைத்திருக்க வேண்டும் என்றுதான் நினைத்திருப்பார்கள். அவர்கள் நொந்து கிடக்கும்போது கூட அம்மாவின் நிந்தனைகளைக் கேட்கும்போது உடனே உயிரை விட்டு விட வேண்டும் என்று தோன்றியிருக்க வேண்டும். ஏன் இந்தக் குடும்பத்தில் பெண்கள் மலடிகளாக இருந்தால் பிள்ளைகள் சிறிதளவு சாமர்த்தியம் கூட இல்லாமல் இருக்கிறார்கள்?

சீதாவின் வீட்டுக்குச் சகோதரிகள் அவ்வப்போது வந்து போவார்கள். வீடு விசாலமாக இருக்கிறது என்று தந்தையின் வருட சிரார்த்தத்தை அவள் வீட்டிலேயே தம்பிகள் செய்ய வருவார்கள். அப்போது ஒரு வாரத்திற்கு அந்த வீடு கலகலவென இருக்கும். உத்தியோகத்தில் இருக்கும் அந்த மூவர் கையில் இருக்கும் பணத்தைவிட ராமசுப்புவிடம் அதிகம் இருக்கும்.

கண்ட இடத்தில் வெற்றிலை புகையிலை சுவைத்துத் துப்பின அடையாளம் இருக்கும். எல்லாரும் ஒருமுறை கிராமத்தில் இருக்கும் அத்தை வீட்டுக்கும் போவார்கள். அவள் எவ்வளவு தான் அக்கறை எடுத்துக் கொண்டாலும் வெளியூரிலிருந்து வந்த குழந்தைகளுக்கு அவளுடைய சமையல் பிடிக்கவில்லை.

ராமசுப்புவுக்கு அருகிலிருந்த இன்னொரு கிராமத்திலிருந்து ஒரு ஜாதகம் வந்தது. ஒரு குறை, பெண்ணுக்குப் பதினாறு வயதாகியிருந்தது. அவ்வளவுக்கும் பெண்ணுக்கு அப்பா, அம்மா, அண்ணன், தம்பி, தங்கைகள் இருந்தார்கள். பெண் ஆண்களைவிட உயரமாக வாட்டவசாட்டமாக இருந்தாள். அதுகூடக் காரணமாயிருந்திருக்கலாம், அவளுடைய மணம் தாமதப்பட்டு வருவதற்கு எதற்கும் பார்த்துவிட்டு வரலாம் என்று ராமசுப்புவும் அவனுடைய இரு சித்தப்பா சித்திகளும் பெண் பார்க்கப் போனார்கள். ராமசுப்பு பெண்ணைப் பார்த்தவன் வாய்மூடாதபடி இருந்தான். யாருக்கும் அந்தப் பெண்ணைப் பிடிக்கவில்லை; ஆனால் அவளை மணம் செய்விக்கவில்லை என்றால் பட்டினி கிடந்து சாவேன் என்று சொல்லி ஒருவேளை சாப்பிடாமலும் இருந்தான். இன்னொரு வேளைக்குக் காத்திருக்கலாம். அதற்குள் சம்மதம் என்று சொல்லியனுப்பி விட்டார்கள்.

சீதா ராமசுப்புவின் கல்யாணத்துக்கு அவசரப்பட்டதற்குக் காரணம் இருந்தது. வைத்து அடிக்கடி வர ஆரம்பித்தான். அவனும் ராமசுப்புவுமாக ஊர் சுற்றுவார்கள். சீதா சொல்லாதபோது 'வாடகை வாங்கி வருகிறோம்' என்று சொல்லி இருவரும் கிளம்பிவிடுவார்கள். ஒருமுறை கூட வாங்கி வந்ததில்லை. காரியஸ்தருக்கு இருவரையும் பிடிக்காது என்றாலும் உறவுக்காரப் பையன்கள் எனறு அதிகம் குற்றம் கூறவில்லை.

ஒரே ஒருமுறை மட்டும் சொன்னார். வாடகை வசூலிப்பது என்றால் பணமாக வாங்கினால்தான் வாடகையா என்று பேச்சுவாக்கில் சொன்னார். அதன்பிறகு வைத்து மறைந்து போனான்.

○

புதுமருமகள்

ராமசுப்புவுக்கும் விசாலாட்சிக்கும் நான்கு நாட்கள் கல்யாணமாக நடந்தாலும் பத்திரிகையில் சம்பிரதாயமாக

எழுதப்படும் 'நான்கு நாட்கள் முன்னதாகவே வந்திருந்து முகூர்த்தத்தை நடத்திக் கொடுத்து எங்களை கௌரவப்படுத்த வேண்டும்' என்பதைப் பலர் உண்மையாக ஏற்றுக் கொண்டு அந்தக் கிராமத்திற்குப் போய்ச் சேர்ந்தார்கள். அங்கே அந்தத் தெருவில் பதினொரு வீடுகள் இருந்தன. வீட்டிற்கு ஒரு குடும்பமாக வந்திருந்தவர்கள் தங்க வைக்கப்பட்டார்கள். காலையில் கல்யாண வீட்டுக்குச் சென்று காபி குடித்து வந்தால் அடுத்தபடி சாப்பாட்டுக்கு உச்சி முடிந்த பிறகுதான். அணை திறந்துவிடப்பட்டு ஆற்றில் தண்ணீர் ஊர்ந்து கொண்டிருந்தது. ஆற்றங்கரைக்கு ஒரு மைல் போலச் செல்ல வேண்டும். ஆதலால் பெண்கள் அத்தெரு முனையில் இருந்த கோயில் குளத்தில் குளித்தார்கள். குடிதண்ணீர், சமையல் தண்ணீருக்கு மட்டும் சில பெண்மணிகள் ஆற்றுக்குச் சென்று தண்ணீர் கொண்டு வந்தார்கள். தினமும் முப்பது நாற்பது இலைகள் போடப்பட்டதால் கல்யாண தினத்தன்று பெரிய மாறுதல் இல்லை. வெளியூலிருந்து வரக்கூடியது சீதாவின் மூன்று தம்பிகளும் அவர்கள் குடும்பங்களும்தான். மூவருமாகச் சேர்த்து ஐம்பது ரூபாய் பணம் அனுப்பினார்கள். அதில் தபால்காரர் எடுத்துக் கொண்ட ஐந்து ரூபாய்க்குப் பிறகு நாற்பத்தைந்து ரூபாய் கிடைத்தது. மூன்று சவரன் தங்கம் சீதா வாங்கினாள்.

இதற்கு நடுவில் பெண்ணின் பாட்டனார் 'பிள்ளை என்ன உத்தியோகம்?' என்று கேட்டார். அவனை சீதா தத்து எடுத்துக் கொள்ளக்கூடும் என்று சொன்னபோது 'அப்படி நடக்கவில்லையென்றால்?' என்று கேட்டார். யாரும் சரியாகப் பதில் கூறவில்லை. சீதா இரண்டாம் கட்டில் இருந்தாள். அவளுடைய பணம் இருந்த பண்டாபீசில் அவள் கேட்டுக் கொண்டால் ராமசுப்புவுக்கு ஒரு வேலை கொடுத்து விடுவார்கள். இதை முன்பே செய்திருக்கலாம். சம்பளம் எவ்வளவு என்று கேட்டால் இருபது அல்லது முப்பது என்று கூற வேண்டியிருக்கும்.

சீதா ஒரு சிறுவனிடம் 'பண்டாபீசில் வேலைக்கு மாப்பிள்ளை போகப் போகிறார்னு சொல்லு', என்று சொல்லியனுப்பித்தாள். அந்தச் சிறுவனுக்கு அது மிக நீண்ட தகவலாக இருந்தது. அவன், "ஏதோ பண்டாபீசுக்கு போறாராம்" என்றான். ராமசுப்பு ஒன்றும் புரியாது விழித்தான். நல்ல வேளையாக வேலை பற்றிய பேச்சு அதிகம் வளராமல் அவரவர் பூர்வீகம் பற்றிப் போய்விட்டது.

ஒருவர் மாப்பிள்ளையின் தந்தைக்குக் காலையே வெட்ட வேண்டியிருந்ததாமே என்று கேட்டார். அந்த நாளில் அவ்வளவு தீவிர சிகிச்சை இல்லாமலே மனிதர்கள் உயிரை விட்டார்கள்.

ராமசுப்புவின் அப்பாவுக்குத்தான் காலைத் துண்டித்தது. ஆனால் அவருக்கு அடுத்த தம்பி வேலை போன துக்கத்தில் உட்கார்ந்த இடத்திலேயே உயிரை விட்டாரே? ஆக மொத்தம், எமதூதர்கள் அங்கும் காத்துக்கிடந்தார்கள்.

தாலி கட்டி சப்தபதியும் முடிந்தது. ராமசுப்பு, விசாலாட்சி இருவருமே உரிய வயதை அடைந்தவர்கள். ஆனால் சம்பிரதாயப்படி சாந்திமுகூர்த்தத்தை தை மாதத்தில் வைத்துக் கொள்வதாக முடிவு செய்யப்பட்டது. ராமசுப்பு ஐந்து மாதங்கள் காத்திருக்க வேண்டும்.

ஊர் திரும்பியவுடன் சீதா பண்டாபீசுக்குப் போனாள். "எங்க அண்ணா பிள்ளைக்கு ஒரு வேலை போட்டுத் தர வேண்டும்" என்றாள்.

"உங்களுக்கு இல்லாமயா?" நாங்க பியூனாச் சேத்துக்கறோம். இரண்டு மூணு வருஷத்திலே கிளார்க்காப் பண்ணிடலாம்."

"அவனுக்கு வேலைன்னு ஒண்ணு வேணும்."

"இன்னிக்கே அனுப்புங்கோ."

இப்படித்தான் ராமசுப்புவுக்குப் புருஷ லட்சணம் அமைந்தது.

ராமசுப்புவுக்கு அவனுடைய புதிய உத்தியோகத்தில் நல்ல பெயர். அவனுக்கு முன் அங்கிருந்தவர் சற்று வயதானவர். அவரைப் போய் லெட்ஜரை எடுத்துவா, வங்கிக்குப் போய் விட்டுவா என்று சொல்ல வேண்டியிருந்தாலும் அவர் எதையும் முணுமுணுப்பு இல்லாமல் செய்ததில்லை. வேலை நேரத்திலேயே தூங்க முயற்சி செய்வார். அவரை வேலையை விட்டு நிறுத்திய போது அவர் எதிர்த்து ஒரு சொல் சொல்லவில்லை. அவருடைய நிலத்தை மேற்பார்வை பார்க்கப் போய்விட்டார். சீதா பண்டாபீஸ் தலைவரைத் தன் சகோதரன் மகனுக்கு ஒரு வேலை கேட்டபோது அவருடைய மகிழ்ச்சியில் எடுத்த எடுப்பிலேயே முப்பது ரூபாய் சம்பளம் தருவதாகச் சொன்னார்.

தை மாதம் வந்தது. ஒரு நல்ல நாள் பார்த்து மெத்தை பாய் ஜமக்காளத்துடன் விசாலாட்சியைக் கொண்டு வந்து விட்டார்கள். அவள் இன்னமும் உயர்ந்து சதையும் போட்ட மாதிரி இருந்தாள். ராமசுப்பு எப்போது பார்த்தாலும் அசடு வழிய இருந்தான். உரிய காலத்தில் வளைகாப்பு, சீமந்தம் முதலியன முடிந்து பிரசவமும் ஆயிற்று. ஆண் குழந்தை.

◯

அடுத்த தலைமுறை

ராமசுப்புவுக்கு ஊரில் முன்பில்லாத அந்தஸ்து வந்து விட்டது. பண்டாபீசில் அவனுக்கு எழுத்தர் வேலை கொடுத்து விட்டார்கள். அந்த சமயத்தில் அந்த ஊரில் ஒரு தென்னிந்திய வங்கியின் கிளை துவக்கினார்கள். ஒரு விண்ணப்பம் கூட எழுதித் தராமல் அந்த வங்கிக் கிளையில் ராமசுப்புக்கு வேலை கிடைத்து விட்டது! ஐம்பது ரூபாய் சம்பளம். எல்லாம் மணமான வேளை, குழந்தை பிறந்த யோகம் என்றார்கள். எல்லாரையும்விட சீதாவுக்குத்தான் மிகவும் பெருமையாக இருந்தது. இப்போது அவள் வீட்டிற்கு வருவோர் போவோர் அதிகரித்தது. ஒருமுறை சபேசன், அவன் மனைவி குழந்தைகளுடன் ஒரு மாதம் அவள் வீட்டில் இருந்தான். அம்மாவின் நாக்கு இன்னும் தேள் கொடுக்கு போலிருந்தாலும் அவளுக்கும் இப்போது அடிக்கடி தோள் பிடித்துக் கொண்டது. ஒரே ஒரு மருமகள்கூட அவளிடம் இல்லை. பெரியவள் இப்போது ராமசுப்புவோடு இருக்க வந்துவிட்டாள். இரண்டாவது மருமகள் பம்பாய்க்குப் போய் விட்டாள். தென்னாட்டிலேயே இருந்தபோதும் அவள் மாமியார் வீட்டில் இருந்ததில்லை. மாமியாரும் அவளிடம் ஒரு வார்த்தை அன்பாகப் பேசினதில்லை. நல்ல வேலையில் இருந்த அவளுடைய மகன் சிக்கலில் மாட்டிக் கொண்டு போலீஸ் விசாரணை நடந்ததெல்லாம் அந்த மருமகளும் அவள் இரு மகன்களும் கொண்டு வந்த பீடை என்றாள். இப்போது அந்தப் பீடை மருமகள், மகன்களுடன் பம்பாயில் ராணிபோல இருந்தாள். விடுப்பில் வரும் இளைய மகன்கள் ஒருவனாவது அவள் அம்மா வீட்டில் தங்கவில்லை. எல்லோரும் சீதா வீட்டிற்குப் போனார்கள். சீதா நல்ல மனதோடு மாமியாரையும் தன்னுடன் வந்திருக்கச் சொன்னாள். சீதா ஆட்களையும், விவகாரங்களையும், சீராக நிர்வகித்ததைக் கண்ட அம்மாவுக்குச் சிறிது பயம் கூட ஏற்பட்டது. சீதா விதவை என்பது இப்போது யாரையும் உறுத்தவில்லை. அவள் ஏகப்பட்ட சொத்தைச் சரியாக நிர்வகித்தாள். சொத்தும் வளர்ந்து வந்தது. மக்குப்பையன் என்று அலட்சியப் படுத்தப்பட்ட ராமசுப்பு இப்போது ஒரு வங்கி ஊழியனாகிவிட்டான். அவனுடைய முகத்தில் ஒரு புதிய தோற்றம் வந்துவிட்டது. மனைவியுடன் அசடு வழிந்தாலும் அவன் மற்றெல்லோருடனும் சரிசமனாகப் பேசிப் பழகினான். ஒரு மகனுக்குத் தந்தையும் ஆகிவிட்டான்.

திடீரென்று மறுபடியும் ஒருநாள் வைத்து வந்தான். கையில் தங்கத் தோடா. குடுமியைப் பெரிதாக வளர்த்துக் கொண்டு

முடிந்து கொண்டிருந்தான். உயர்ந்த மில் துணியில் காலரில்லாத அரைக்கைச் சட்டை அணிந்திருந்தான். யாருடைய சொத்தோ அவனிடம் வந்து சேர்ந்திருந்தது. அவனுடைய சட்டைப் பையில் பத்து ரூபாய் நோட்டுகளாக நிறைந்திருந்தன.

"என்ன காணாம போயிட்டேள்?" என்று சீதா கேட்டாள்.

"வீட்டைக் காலி பண்ணிவிட்டு ஊருக்கே போய் விட்டேன்."

"திரும்பிப் போகணுமில்லையா?"

"நாத்து நட்டாச்சு. அறுவடைக்கு இரண்டு மூணு நாள் முன்னாலே போனாப் போதும்."

"ராமசுப்பு பாங்கிலே வேலை பாக்கிறான். கல்யாணத்துக்குப் பத்திரிகை அனுப்பிச்சுதே?"

"நேரே யாரும் வந்து கூப்பிடலையே"

"இருந்து சாப்பிட்டுட்டுப் போறேளா?"

"இப்போ யார் வாடகை வசூல் செய்யறா?"

"ஏற்பாடு பண்ணியிருக்கு. சாப்பிட்றேளா? உள்ளே வேலை இருக்கு."

"நான் சாப்பிட வரலை. அம்மாவைப் பாத்துட்டுப் போக வந்தேன். ராமசுப்பு பாங்கி எங்கேயிருக்கு?"

"பெரிய கடைத் தெருவிலே."

"சரி, அங்கே போய் அவனைப் பாத்துட்டு வரேன்."

சீதாவுக்கு ஏதோ சரியில்லை என்று மட்டும் தோன்றியது. வைத்து முன்பு வந்தபோது அவளுக்கிருந்த திடம் இப்போது இல்லை. உண்மையில், ஐந்தாறு ஆண்டு அனுபவம் தெளிவும் வலுவும் கொடுத்திருக்க வேண்டும். வைத்து விஷயத்தில் முதலில் தோன்றிய பயம் இப்போதும் வந்துவிட்டது.

வைத்து முன்பைவிட இப்போது நன்கு கறுத்திருந்தான். முகம் கரடு முரடாக இருந்தது. பிறர் அஞ்சுவது அவனுக்குத் தெரிந்து விடுகிறது என்பது அவனுடைய பேச்சில் தெரிந்தது.

அன்று மாலை ஐந்து மணிக்கு வீட்டுக்கு வர வேண்டிய ராமசுப்பு ஒன்பது மணிக்கு வந்தான். "வீட்டிலே குழந்தைக்காரி பட்டினியா இருப்பான்னு தெரியாதாடா?" என்று சீதா கேட்டாள்.

"என்னமோ நாழியாயிடுத்து."

அசோகமித்திரன்

"சொல்லியனுப்பி இருக்கக் கூடாதா?"

ராமசுப்பு ஏதோ முணுமுணுத்தான்.

"அவளைத் தொந்தரவு பண்ணவேண்டாம். தட்டைப் போடறேன்."

"வேண்டாம். நான் சாப்பிட்டாச்சு."

"என்னடா, என்னாச்சு உனக்கு?"

"ஒண்ணும் ஆகலை. வைத்து பாங்குக்கு வந்திருந்தான். பேசிண்டே இருந்தோம். அப்படியே ஓட்டல்லே சாப்பிட்டுட்டோம்."

"ஐயயோ, கண்டவன் சமைச்சு சாப்பிடலாமா?"

"உனக்கு என்ன தெரியும், அத்தை? அங்கே இலேசிலே இடம் கிடைக்காது."

சமையற்கட்டை ஒழித்துப் போட்டுவிட்டு சீதா படுக்கச் சென்றபோது ராமசுப்பு தாழ்வாரத்திலே படுத்துத் தூங்கிக் கொண்டிருந்தான். சீதாவுக்குத் தன் மூத்தவள் மகன் நினைவுக்கு வந்தது. அவனிருந்தால் இப்படி நடந்து கொண்டிருப்பானா? தந்தை மறுமணம் செய்து கொண்டு விட்டார் என்ற காரணத்துக்காக வீடு வாசல் சொத்து எல்லாவற்றையும் விட்டுவிட்டுப் போய்விட்டானே? எவ்வளவு ரோசம்! ஐயோ! அவன் திரும்பி வந்து விடக்கூடாதா? எல்லாவற்றையும் அவனிடம் ஒப்புவித்துவிட்டு நான் அவனுக்கு சமையல் செய்து கொண்டிருப்பேன்.

❍

அடுத்த நாள் ராமசுப்பு வழக்கமான நேரத்தில் எழுந்திருக்க வில்லை. விசாலாட்சி அவனைத் திரும்பிப் பார்க்கவில்லை. சீதாதான் அவனை எழுப்பப் பார்த்தாள். அவனுக்குச் சுரம் அடித்துக் கொண்டிருந்தது.

சீதா வைத்தியரைக் கூப்பிட்டனுப்பினாள். அவர் சுரம் வடிவதற்கு நெற்றிப் பற்று போடச் சொன்னார். மருந்தாக ஒன்றும் தரவில்லை.

மாலையில் சுரம் தணிந்து ராமசுப்பு கிணற்றங்கரைக்குச் சென்று வந்தான். சீதாதான் அவனுக்குக் கஞ்சி வைத்துத் தந்தாள். அவன் அரைத் தம்ளர் குடித்தான். மீண்டும் படுத்துக் கொண்டான். மறுபடியும் சுரம் அடிக்கத் தொடங்கியது. இரவு ராமசுப்பு தூக்கக் கலக்கத்தில் பிதற்ற ஆரம்பித்தான். சீதா

குடும்பத்தில் நிறைய நோயைப் பார்த்திருந்தாள். ஆனால் ராமசுப்புவுடையது அவளுக்குத் திகிலளித்தது. ஏதோ விஷசுரம், ஆஸ்பத்திரிக்கு எடுத்துச் செல்லுங்கள் என்று உள்ளூர் வைத்தியர் சொல்லிவிட்டார். உள்ளூரில் மிகச் சிறிய ஆஸ்பத்திரி இருந்தது. உண்மையிலேயே பெரிய ஆஸ்பத்திரிகள் கும்பகோணத்திலும் தஞ்சாவூரிலும் இருந்தன. அங்கெல்லாம் எந்த நோயாளியைச் சேர்த்தாலும் அவனுடைய தொழில் 'கூலி' என்றால் எல்லாம் இனாம். சீமை ரொட்டிகூட. ராமசுப்பு இருந்த நிலையில் சிறிது பால் கூடத் தர முடியவில்லை.

அடுத்த நாள் காலை சுரம் தணிந்திருந்தது. அந்த ஊர் போஸ்ட் மாஸ்டரிடம் கொயினா மாத்திரை இல்லை. ஆனால் மாலைக்குத் தருவித்துக் கொடுத்தார். ராமசுப்புவுக்கு இரண்டாம் முறை மாத்திரை தரும்போதே குணம் தெரிந்தது. ஒரு வாரம் மாத்திரை சாப்பிட வேண்டும் என்று போஸ்ட் மாஸ்டர் சொன்னார். ஒரு வாரத்தில் சுரம் அறவே போய்விட்டது. ராமசுப்பு சிறுவயதிலிருந்து சிறிது மந்தம் என்று பெயர் வாங்கியிருந்தான். பாங்க் வேலையில் சேர்ந்த பிறகு அந்தத் தோற்றம் சிறிது சிறிதாகக் குறைய ஆரம்பித்தது. இப்போது மீண்டும் வந்திருப்பது போலத் தோன்றியது. ஒரு மாதம் கழித்துத்தான் அவனுடைய இரு காதுகளும் பெருமளவு கேளாது போய்விட்டன என்று தெரிந்தது.

ஒருநாள் மாலை வைத்து வந்திருந்தான். ராமசுப்புவுக்குக் கடும் சுரம் என்று கேள்விப்பட்டவுடன் போய் விட்டான்.

வீட்டுவேலையெல்லாம் விசாலாட்சியின் மீது அவ்வப்போது விழுந்தது. ராமசுப்புவை ஆஸ்பத்திரிக்கு அழைத்துச் சென்றுவர நான்கு மணி நேரமாவது ஆகும். கைக்குழந்தையையும் வைத்துக் கொண்டு சமையல் அறை வேலையும் செய்வது சிரமமாகத்தான் இருந்தது. சமைத்ததை அடுப்பிலிருந்து கீழே இறக்கி வைக்க இரு கைகள் தேவைப்பட்டது. தவழ ஆரம்பித்த குழந்தைக்குக் கத்தி, அரிவாள்மணை, அடுப்பு, தண்ணீர்தான் விளையாட்டுப் பொருள்கள்.

ராமசுப்புவுக்கு ஒருவாறு உடல் பழையபடி ஆனவுடன் ஒருநாள் விசாலாட்சி மாமியாரிடம் தாழ்ந்த குரலில் ஏதோ சொல்ல, சீதாவும் அதே தாழ்ந்த குரலில் அவளிடம் மேலும் விசாரிக்க விசாலாட்சி சொன்னது அவளை முகம் கறுக்க வைத்தது. ராமசுப்பு எழுந்து வந்தபோது அவனுடைய ஒவ்வொரு அசைவையும் உன்னிப்பாகப் பார்த்தாள். அதேபோல அவன் முகத்தையும் உற்றுப் பார்த்த மாதிரி இருந்தாள். முதலில் ராமசுப்புவுக்கு அவனுடைய அத்தையின் கவனிப்பில்

ஏற்பட்டிருந்த மாறுதல் தெரியவில்லை. தெரிந்த பிறகு அவனுக்கு ஓரிடத்தில் உட்கார முடியவில்லை. அன்று வழக்கத்தைவிட முன்கூட்டியே பாங்க்குக்குப் போய் விட்டான்.

சீதா அவளுடைய வீடுகளில் கோயிலுக்கு வடக்குப் பக்கம் ஊரில் கோடியிலிருந்த வீடுகளுக்குப் போய் வந்தாள். அங்குள்ள பெரிய வீட்டில் அவளுக்குப் பழம், பால் முதலியன கொடுத்தார்கள். ஒரு வயதான அம்மாள் வாடகையை சீதாவே வந்து வாங்கிப் போகச் சொன்னாள். உடனே இன்னொரு அம்மாள் அவளைக் கண்டித்துப் பேசினாள். "அவுங்களையா வரச் சொல்லறது? நாம்பளே கொண்டு போய்க் கொடுக்கறதுதான் முறை" என்றாள்.

சீதாவுக்கு வாடகை வசூலிப்பது பற்றிய ஒரு கவலையும் கிடையாது. அவளுடைய வேதனை வாடகை வசூலிக்கிறோம் என்று ராமசுப்புவும் வைத்துவும் அந்த வீடுகளுக்கு வந்து போனதுதான். வைத்து, "வாடகையைப் பணமாகத்தான் கொடுக்க வேண்டுமில்லை", என்று கூறியிருக்கிறான். அப்பெண்மணிகளுக்கு வக்கீலுக்கு துரோகம் செய்யக்கூடாது என்று அந்த இளைஞர்களைத் திருப்பி அனுப்பியிருக்கிறார்கள். "இந்த மாதிரி போறவங்க இங்கே இல்லைன்னா வேறெங்கேயாவது போயுடுவாங்கம்மா. இந்த ஆசை வந்துட்டா கண் காதே தெரியாது. படிச்ச படிப்பு, நல்ல பழக்கங்கள் எல்லாமே போய்விடும்."

இதெல்லாம் நடந்தபிறகு ஒருவாறு எல்லாமே அமைதியாக இருந்தது. யாருமே ஏதும் ஒரு வார்த்தை இரண்டிற்கு மேல் பேசவில்லை. விசாலாட்சி பிரமை பிடித்து இரவெல்லாம் சீதா பக்கத்திலேயே உட்கார்ந்திருந்தாள். அவளுக்கு ஏதாவது பெரிதாக வந்து விடக்கூடாது என்று சீதா வேண்டிக் கொண்டாள். அந்த ஜில்லாவில் ஆண்கள் தாசி வீட்டுக்குப் போவது அசாதாரணமானது அல்ல. அவர்கள் வீட்டில் அதுவரை அப்படி நடக்காதது ஆச்சரியம்தான்.

ஒரு வாரத்திற்குப் பிறகு ரேழியில் தூங்கிக் கொண்டிருந்த குழந்தை காணவில்லை. அவன் தவழ்ந்து சமையலறைக்கு தான் போவான். சீதா வீடு முழுக்கத் தேடினாள். விசாலாட்சியின் குழந்தையை அந்தத் தெருவில் தேடாதவர்கள் இல்லை. இரவு முழுதும் குழந்தையைக் காணோம். ஆண் குழந்தை. நிச்சயம் யாரோ குழந்தை பிடிக்கிறவன் வந்திருக்கிறான். ஊருக்கு வெளியில் ஒரு தூளி கட்டிக் கொண்டு இருந்தது. அவர்களை எல்லாம் அடித்து உதைத்துக் கேட்டார்கள். அவர்கள் அன்று ஊர் உள்ளேயே வரவில்லை. காரணம், அவர்கள் குழந்தைக்கு நல்ல சுரம். ஒருவர் அந்தத் தூளியைப் பிரித்துப் பார்த்தார். எலும்பும்,

தோலுமாக ஒரு குழந்தை தனியாகப் பெரிய தலையாகத் தெரியும்படி படுத்துக் கொண்டிருந்தது.

மறுநாள் காலை சீதா கிணற்றிலிருந்து தண்ணீர் எடுத்து வரச் சென்றாள். குழந்தை கிணற்றில் மிதந்து கொண்டிருந்தது.

○

தொடரும் சாபம்

காதும் காதும் வைத்தாற்போல் மேற்கொண்டு காரியங்கள் நடந்தன. சீதா வீட்டில் ஒரு குழந்தை இருந்ததற்கான அடையாளங்கள் எல்லாம் அப்புறப்படுத்தப்பட்டன. விசாலாட்சி பொதுவாக நிலைமையுணர்ந்தவளாகத்தான் நடந்து கொண்டாள். குழந்தை போனதற்கு எல்லாரும் அழுதார்கள். அவள் அழவில்லை. யாரும் குழந்தை கிணற்றுக்கு எப்படிப் போயிற்று என்று விசாரிக்கக்கூட இல்லை.

விசாலாட்சிக்கு இன்னொரு குழந்தை பிறக்கக்கூடிய அறிகுறிகள் தெரிந்தன. யாருமே எதையுமே பெரிதுபடுத்தவில்லை. பரபரப்பு இல்லை. ஆனால் எல்லார் வயிற்றிலும் தீராத கிலி எரிந்து கொண்டிருந்தது. ராமசுப்பு அதிர்ந்து போயிருந்தான். வீட்டுப் பக்கமே வைத்து வரவில்லை. அவனுடைய கிராமத்துக்கே போய் விட்டான். சீதா வீடுகளை விற்றுவிட முயற்சி செய்தாள். அதற்காகவென மூன்று வீடுகளையும் காலி செய்யச் சொன்ன ஒரு வாரத்தில் அவை காலி செய்யப்பட்டன. சாவியும் வாடகைப் பணமும் வீட்டில் கொணர்ந்து கொடுக்கப்பட்டன. உறவுக்காரர்தான் சிறிது தகராறு செய்தார். ஆனால் அக்கம்பக்கத்துக்காரர்கள் அவரையும் காலி செய்ய வைத்து விட்டார்கள். சீதா அவ்வளவு பணத்தையும் பாங்கில் போடாமல் பண்டாபீசில் போட்டாள். அவர்களுக்கு அமோகப் பெருமையும், மகிழ்ச்சியும் உண்டானது. சீதா சொன்னால் இன்னும் இருவருக்கு வேலை கொடுத்துவிடுவார்கள் போலிருந்தது.

விசாலாட்சிக்கு இரண்டாவது குழந்தை பிறந்தது. பதினொன்றாம் நாள் எந்தக் கலகலப்பும் இல்லாமல் குழந்தைக்குப் பிச்சை என்று பெயர் வைத்தது. விசாலாட்சியின் பெற்றோர்கள் நாற்பது நாள் தீட்டகன்றவுடன் குழந்தையை அவர்கள் எடுத்துச் சென்றுவிட்டார்கள்.

விசாலாட்சியின் உடல் ஓரளவு தேறிய பிறகு ஒருநாள் சீதா விசாலாட்சியை ஒரு புட்டி விளக்கெண்ணெயைக் காய்ச்சச்

சொன்னாள். சிறிது சூடு குறைந்தவுடன் வாசற்கதவைத் தாழ்ப்பாள் போட்டுவிட்டு சீதா முற்றத்தில் உட்கார்ந்து கொண்டாள்.

தலைக்கு மட்டும் விசாலாட்சியை எண்ணெய் தேய்க்கச் சொன்னாள். குமட்டிக் கொண்டு வந்ததை அடக்கிக் கொண்டு விசாலாட்சி சீதாவின் தலையில் எண்ணெயைத் தேய்த்தாள். உடலெல்லாம் விளக்கெண்ணெயைத் தடவித் தேய்த்துக் கொண்ட சீதா நன்கு ஊறினாள். இது எதற்கு, என்ன வைத்தியம் அல்லது விரதம் என்று யாருக்கும் தெரியவில்லை. நல்ல வெயில் தீர்ந்தபிறகு சீதா குளித்தாள். அன்று விசாலாட்சி நன்றாகவே சமைத்திருந்தாள். சீதா வெறும் மோர் சாதம் மட்டும் உண்டு படுத்துக் கொண்டு விட்டாள். ராமசுப்புவுக்கும் விவரம் புரியவில்லை. அந்த வீட்டில் அவனுக்குத் தெரிந்து யாரும் விளக்கெண்ணெய்க் குளியல் செய்ததில்லை.

அன்றிரவு சீதாவுக்குக் கடும் சுரம். அத்துடனே காலையில் குளித்து மடி கட்டிக் கொண்டாள். அப்படியே தாழ்வாரத்தில் விழுந்து விட்டாள். அன்று இரவு ஜன்னி கண்டது. நினைவே திரும்பாமல் காலை ஒன்பது மணிக்கு உயிர் பிரிந்தது.

○

மூன்று சகோதரர்கள்

அந்தக் குடும்பத்தில் மிஞ்சிய மூன்று சகோதரர்களில் சங்கரனுக்குத்தான் உத்தியோகம் கிடைத்த பிறகு திருமணம். அதுவும் எப்படிப்பட்ட உத்தியோகம்? ரயில்வே உத்தியோகம்! வருடத்திற்கு ஒருமுறை கட்டணமே செலுத்தாமல் ரயில் பயணம் செய்யலாம். சீருடை, திருமணத்திற்காக ஐந்து நாட்கள் சம்பளம் இல்லாத லீவு. ஞாயிறோடு சேர்ந்து ஆறு நாட்கள். அவன் திரும்பி வரும்போது புதுமணப் பெண்ணையும் அவளுடைய தாயாரையும் உடன் அழைத்து வந்தான். உதவி ஸ்டேஷன் மாஸ்டர். ரயில் நிலையத்துக்கு நான்கு மைல் தள்ளித்தான் ஒரு கிராமம். கைகாட்டி போடுவதற்கென்று ஒரு சிக்னல்மென்னும் இதர பணிகளுக்கு ஒரு பணியாளும் உண்டு. காலை ஆறு மணியிலிருந்து ஏழு மணிக்குள் இரு திசைகளிலிருந்தும் பாசஞ்சர் வண்டி வந்து ஒரு நிமிடம் நின்று கிளம்பிப் போய்விடும். அதேபோல இருட்டின பிறகு ஏழு மணியிலிருந்து எட்டு மணிக்குள் இரு ரயில்கள். இந்த பாசஞ்சர் ரயில்களால் பெரிய வேலை கிடையாது. மொத்தம் நான்கு டிக்கெட்டுகள்

விற்றால் பெரிய காரியம். சரக்கு வண்டிகள் வந்தால்தான் நிஜ வேலை. பல சந்தர்ப்பங்களில் ஆள் போகாததால் 'உடையக் கூடியது. பத்திரம்' என்ற எச்சரிக்கை கொண்ட பெட்டிகள்கூட ரயிலிலிருந்து கீழே தள்ளிவிடப்படும். அது முக்கியமான நிலையம் இல்லாத போதிலும் ஒரு நவாபுக்காக அது அமைக்கப்பட்டது. அவர் பயணம் செய்யும்போது விரைவு ரயில் அங்கு நின்று அவரை ஏற்றிக் கொண்டு போகும், அல்லது இறக்கிச் செல்லும். சங்கரனுக்கு ஒரு பெரிய சங்கடம், அவனை எந்த நிலையத்திலும் மூன்று ஆண்டுகளுக்கு மேல் வைத்திருக்க மாட்டார்கள். ஆதலால் அவன் கள்ளிப் பலகை கொண்டு ஒரு பெரிய பெட்டி செய்து வைத்திருந்தான். மாற்றலாகும் போது சமையல் பாத்திரங்களையும் துணிமணிகளையும் அதில் போட்டுக் கொண்டு போய்விடலாம். அந்த ஒரு பெட்டியைக் கவனமாக ஏற்றுவார்கள், இறக்குவார்கள்.

அவனுடைய மனைவிக்கோ, மாமியாருக்கோ உள்ளூர் மொழி ஒரு சொல் தெரியாது. சங்கரனுக்கே தட்டுத் தடுமாறித்தான் பேசத் தெரியும். ஆனால் ஓரிடத்தில் வாழ்ந்தே தீர வேண்டும் என்றாகும்போது ஏதேதோ ஆற்றல்கள் வந்து விடுகின்றன. மக்கு என்று பெயர் பெற்ற சங்கரன் நிலைமையை நன்கு சமாளித்ததோடு அவனிடம் பணமும் சேர ஆரம்பித்தது. ஆனால் அந்த ஊரில் நகைக்கடை என்று கிடையாது. ஓர் அடகுக்கடைதான். சமயத்தில் காலாவதியான அடகுகளை விற்கும், நகை வாங்கிவிடலாம். ஆனால் யாருக்காக அங்கு நகை அணிய வேண்டும்? போர்ட்டரின் மனைவி, பெண்களுக்கா? சிக்னல்மென்னின் அம்மாவுக்காகவா? அவர்கள் பொட்டுத் தங்கம் கூட அறியாத பரம ஏழைகள்.

முதல் பிரசவத்துக்காகவும் வளைகாப்பு சீமந்தத்துக்காகவும் சங்கரன் அவனுடைய மனைவியையும் மாமியாரையும் அவர்கள் ஊரில் விட்டு விட்டு வந்தான். இந்த முறை அவன் மாமியாருக்கு முழுப் பயணச் சீட்டு வாங்க வேண்டியிருந்தது. நிஜாம் ரயிலில் ஒருவேளை விட்டு விடுவார்கள். ஆனால் மதராஸ் ராஜதானிக்குள் நுழைந்துவிட்டால் ரயில் கெடுபிடியே பயமுறுத்தும். கடுமையாக அபராதம் வாங்கிவிடுவதோடு அவனுடைய வேலைக்கும் ஆபத்தாக முடிந்துவிடும்.

அவன் வேலைக்குச் சேர்ந்த இரண்டாம் ஆண்டுதான் அவன் நிலையத்துக்குத் தந்தி வந்தது. அவன் தந்தி அடிக்கவும் புரிந்து கொள்ளவும் கற்க வேண்டியிருந்தது. இரு வாரங்கள் சிகந்தராபாத்தில் பயிற்சி இருந்தது.

அவனுக்குப் பிள்ளை பிறந்த செய்தி நான்கு நாட்கள் கழித்துத்தான் தெரிந்தது. அந்த நாளில் தபாலில் அனுப்பிய

கடிதங்கள் இருபது நாட்கள், ஒரு மாதம் கூட எடுத்துக் கொள்ளும். யாரும் குறை கூற மாட்டார்கள்.

சங்கரன் அவனுடைய தந்தை பெயரை, பிறந்த குழந்தைக்கு வைக்கச் சொல்லி எழுதிய கடிதம் போய்ச் சேருவதற்குள் மனைவி வழிப் பாட்டனார் பெயர் வைத்து விட்டார்கள். செல்லப் பெயராக உலக்கை என்று அழைத்தார்கள்.

மூன்றாம் மாதத்திலேயே மூன்று ரயில்கள் மாறி மூன்று நாட்கள் பயணம் செய்த உலக்கை சங்கரன் வீடு வந்ததிலிருந்து ஈனத்தொண்டையில் அழுது கொண்டே இருந்தது. மேலும் இரு மாதங்களில் அதன் நிலைமை மோசமடைய சங்கரன் அவனுடைய மனைவி, குழந்தை மற்றும் மாமியாரை ரயிலேற்றினான். அப்போது அவனுக்கு இன்னொரு குழந்தை வரப்போகிறது என்று யாருக்குமே தெரியாது. இம்முறை மனைவி அவள் ஊரோடு இருந்து விட்டாள்.

சங்கரன் மட்டும் தனியாகச் சமைத்து சமாளித்துக் கொண்டிருந்தான். அவனுடைய ரயில் நிலையத்துக்குத் தந்தியும் வந்ததிலிருந்து அவனால் தொடர்ந்து வீட்டிலே இருக்க முடியவில்லை. இவ்வளவுக்கும் நிலையத்துக்கு எதிரேயே மூன்று வீடுகளில் நடு வீடு அவனுடையது. முதல் வீட்டில் ஸ்டேஷன் மாஸ்டர் இருந்தார். அவர் ஆடு, கோழி எல்லாம் வளர்த்தார். அவர் வீட்டுப் பகுதிக்கு உறுதியாக வேலி அமைத்துக் கொண்டிருந்தார். என்ன உறுதியான வேலியானாலும் பெட்டைக் கோழி, குஞ்சுகளோடு சங்கரன் வீட்டுக்கு வந்து விடும். அவன் வடித்து வைத்திருந்த சோறு ஆறிப் போயிருந்தால் பாதுகாப்பது சிரமம். அவனுடைய வீட்டுக்கு வாசற்கதவு கொல்லைக் கதவு இரண்டும் சரியில்லை. அக் கதவுகள் சரி செய்யப்பட வேண்டும் என்று புகார் செய்ய நிலைய மாஸ்டருக்குத்தான் உரிமை உண்டு. அவர் 'சூஸ்தாமு, சூஸ்தாமு' (பார்க்கலாம், பார்க்கலாம்) என்று சொல்லிக் கொண்டே இருந்தார். சங்கரன் சிக்னல்மென் மூலம் பழைய இரும்புக் கம்பிகளை வாங்கிவரச் சொல்லி கோழிகள் வீட்டுக்கு உள்ளே வரமுடியாதபடி செய்தான். அது ஸ்டேஷன் மாஸ்டருக்குப் பிடிக்கவில்லை.

இதற்குள் சங்கரனுக்கு இரண்டாவது பிள்ளையும் பிறந்துவிட்டது. குழந்தை ஆணாக இருந்தால் அவனுடைய மூத்த அண்ணா பெயர் வைக்க வேண்டும் என்று சொல்லியிருந்தான். இம்முறை அவன் விருப்பப்படி பெயர் வைக்கப்பட்டது.

மனைவி, ஊரோடு இருந்துவிட, ஆறுமாதத்திற்கு ஒருமுறை சங்கரன்தான் ஊருக்குப் போவான். உலக்கை, அடுத்த குழந்தை இரண்டும் உடல் தேறி ஒழுங்காக வளர்ந்து வந்தன. ஆனால்

அவனுடைய மனைவிதான் சோகை பிடித்து இருந்தாள். கடைசியில் ஒரு நாள் கிணற்றங்கரையில் கீழே விழுந்து அன்று மாலைக்குள் இறந்தே போனாள். எல்லாரிடமும் நல்ல பெயர் பெற்றிருந்தாள். அவள் வீட்டில் என்றில்லாமல் சங்கரனின் தாயார், சகோதரிகளுக்கும் துக்கம்தான். வேலையில் சேர்ந்து நான்கு ஆண்டுகளுக்குள் திரும்பத் திரும்ப லீவு எடுத்த சங்கரனை இன்னும் அத்துவானமாக இருந்த ரயில் நிலையத்திற்கு மாற்றிவிட்டார்கள்.

இருபத்தைந்து வயதுக்குள் மனைவியை இழந்த சங்கரனுக்குச் சிறிது ஆறுதல் கூறியவர்கள் அண்ணன்மார்கள் ராமேசனும் பாலுவும்தான். ராமேசனுக்கு அதே ரயில்வேயில் தலைமை அலுவலகத்தில் உத்தியோகம். ஆதலால் மாற்றம் கிடையாது. பாலுவுக்கு அவன் பணிபுரிந்த ரயில்வே பிரிவுக்கு ஓரளவு பெரிய நிலையங்களில்தான் அலுவலகம் அமையும். ஆதலால் மாற்றம் பெரிய ஊர்களுக்கிடையில்தான். அவன் சென்று கவனிக்க வேண்டிய இடங்கள் எல்லாம் ஐம்பது மைல்களுக்குள் இருக்கும். போனால் அதேநாள் திரும்பிவிடலாம்.

சங்கரன் சாப்பாட்டிற்குத்தான் மிகவும் திண்டாடினான். விறகு வைத்துச் சமையல் புரிய விசேஷத் திறமை வேண்டும். ஒவ்வொரு தடவையும் சாதத்தின் கஞ்சி வடிக்க வேண்டும். அந்தக் கஞ்சியும் உண்ணக்கூடியது என்று அவனுக்குத் தெரிய நிறைய நாட்களாயிற்று. உள்ளூர் காய்கறி என்று வெள்ளரி வகையைச் சேர்ந்த தோசக்காய் என்று கிடைக்கும். அதை வதக்க முடியாது. தண்ணீர் விட்டு வேகவைத்துச் சிறிது உப்பு சேர்த்துக் கொண்டு சாதத்தோடு கலந்து சாப்பிட வேண்டும். பால் கிடைத்து விடும். ஆனால் தயிர் மோராக மாற்றும் வழி புரியவில்லை. ரயில் நிலைய போர்ட்டர், போர்ட்டர் மனைவி மோர் என்று ஒன்று தருவார்கள். அசாத்தியப் புளிப்போடு அது கள் வாசனையும் வரும். அது கள்ளேதானோ?

சங்கரன் அவனுடைய அம்மாவைத் தன்னுடன் வந்து இருக்கச் சொல்லிக் கடிதம் எழுதினான். அவன் படும் துன்பங்களையும் எழுதியிருந்தான். என்னதான் கடுஞ்சொல்லே பேசுபவளாகவே இருந்தாலும் சங்கரனின் அம்மாவுக்கு மனம் சங்கடப்பட்டது, மூன்று சகோதரர்களும் அவளிடம் சரியாக விடைபெற்றுப் போகவில்லை. ஆனால் உள்ளூரிலேயே இருந்தால் எதிர்காலம் என்னாவது? இப்போதே அவள் விதவைப் பெண்கள் தயவிலும், தபால்காரர் கொண்டு வந்து தரும் பதினைந்து ரூபாயிலும் காலம் தள்ள வேண்டியிருக்கிறது. வீடு அவளுடையதுதான். அதாவது கணவன் பரம்பரைச்

சொத்து. எப்பேர்ப்பட்ட சொத்து? மழைத் தூறலில் கூட ஒழுக ஆரம்பிக்கும். சமையலறையில் ஏகப்பட்ட பள்ளங்கள், பொந்துகள். கிணறு வற்றாத ஊற்று கொண்டது. ஆள் படை இருந்தால் கொல்லைப் புறத்தைச் சரி செய்து அவரை, புடலை போடலாம். அந்த ஊரிலேயே உத்தியோகம் செய்து கொண்டு ஒரு மகனாவது இருக்கலாம். ஆனால் அவர்கள் படிப்புக்கு மளிகைக் கடையில்தான் வேலை கிடைக்கும் என்றார்கள். மளிகைக் கடையில் அந்த ஊர்ப் பள்ளிக்கூட வாத்தியாரின் மகனைப் பொட்டலம் கட்டும் வேலைக்கு வைத்துக் கொள்வார்களா?

சங்கரனுக்கு அவனுடைய குழந்தைகள் எப்படி இருக்கின்றன என்று பார்க்கவும் ஆவலாக இருந்தது. என்ன துக்குரி அதிர்ஷ்டம்! சரியாகப் பேச்சு கூட வராத வயதிலேயே தாயை விழுங்கி விட்டார்களே!

அவனுக்குப் பதினொரு நாட்கள் லீவு சேர்ந்தவுடன் அவன் லீவு விண்ணப்பம் தந்தான். அவன் மீது பெரிய புகார் என்று கிடையாது. அவனை அந்தப் பிரிவு தலைமை அலுவலகத்துக்கு வரச் சொல்லி உத்தரவு வந்தது. சபேசன் தம்பியுடன் அந்த அதிகாரி அறை வாயிற்கதவு வரை சென்றான்.

சங்கரனைப் பார்த்த அதிகாரிக்கு பயமாகப் போய்விட்டது. அந்த நாளில் இந்தியர்களுக்கு அற்பாயுள்தான் என்றாலும் அவன் வேலை கொடூரமாக இருந்ததால்தான் சங்கரன் உடல்நிலை மோசமாக இருக்கிறது என்று நினைத்துவிட்டான். உத்தியோகம் பற்றிப் பேசாமல் சங்கரனின் குடும்ப விவரங்களைக் கேட்டான்.

"இங்கேயே ஒரு பெண்ணைக் கல்யாணம் செய்து கொள்ள முடியாதா?" என்று கேட்டான்.

சங்கரனுக்குக் காரணம் சொல்லத் தெரியவில்லை. ஆனால், "முடியாது, சார்" என்று மட்டும் சொல்லிவிட்டான்.

"நீ என்ன, பிராமினா?"

"ஆமாம், சார்."

"இங்கே நிறைய பிராமின்கள் இருக்கிறார்களே?"

"இந்த ஊரில் இருப்பார்கள். என் ஸ்டேஷன் ஊரில் கிடையாது."

"அப்போது இங்கே இருக்கும் ஒரு பெண்ணைக் கல்யாணம் செய்து கொள்வது."

"இல்லை, சார் இங்கே என்னை யாரும் மணம் புரிந்துகொள்ள மாட்டார்கள்."

"என்ன பேசுகிறாய்? இங்கே இருக்கும் ஹமால்கள் கூட இரண்டு மூன்று என்று கல்யாணம் பண்ணிக் கொண்டிருக்கிறார்கள்!"

"ஹமால்களால் முடியும், சார்."

"எனக்குப் புரியவில்லை."

"எங்கள் குடும்பத்தில் கல்யாணம் மிகவும் கஷ்டம், சார்."

"சுத்தமாகப் புரியவில்லை."

"எங்கள் ஊர் அல்லது ஜில்லாப் பெண்ணாக இருந்தால்தான் கல்யாணம் செய்து கொள்ள முடியும். என் முதல் கல்யாணத்தின்போது நான் எந்த மாதிரி இடத்தில் வசித்துக்கொண்டு வேலை செய்கிறேன் என்று சொல்லவில்லை. இறந்துபோன என் மனைவி என்னிடம் சரியாக ஆறுமாதம் கூட இருக்கவில்லை."

அந்த வெள்ளைக்கார துரை சங்கரனின் காகிதங்களை ஒருமுறை படித்துப் பார்த்தான்.

"நீ தந்திப் பரீட்சை பாஸ் செய்யவில்லை."

"இந்த முறை செய்து விடுகிறேன்."

"அடுத்த பரீட்சை எப்போது என்று எனக்குத் தெரியாது. ஆனால் நீ பரீட்சை பாஸ் பண்ணினால் என்னை வந்து பார்."

"சரி, சார்."

"உன் லீவை சாங்க்ஷன் செய்கிறேன். நன்றாகச் சாப்பிடு. பிரட் கிடைக்கும். சாப்பிடு."

"என் ஸ்டேஷனில் அரிசி கூடக் கிடைக்காது. அங்கே எல்லாரும் சோளம் சாப்பிடுகிறார்கள்."

"நீயும் சாப்பிடு."

"அதைச் சமைக்க நிறைய நேரம் ஆகும், சார்."

"தந்திப் பரீட்சை பாஸ் பண்ணின பிறகு என்னை வந்து பார். நான் ஏப்ரலில் என் ஊர் போகிறேன். திரும்பி வர மூன்று மாதங்கள் ஆகும். ஏப்ரலுக்குள் வா."

"சரி, சார்."

சங்கரனுக்கு மீண்டும் நல்ல காலம் திரும்பி இருக்கிறது என்று தோன்றியது. அவனுடைய ஊர் போனபோது இறந்துபோன அவனுடைய மனைவியின் அக்கா மகளையே கல்யாணம்

செய்துகொள் என்றார்கள். பத்து வயது வித்தியாசம். அந்த நாளில் அது பெரிய விஷயமில்லை.

தனியனாகப் போன சங்கரன் புது மனைவியுடன் திரும்பி வந்தான். குழந்தைகள் இன்னும் ஓரிரு ஆண்டுகள் பாட்டி வீட்டில் இருக்கட்டும் என்று சொல்லிவிட்டார்கள்.

சுந்தரி திகைத்து விட்டாள். தனி வீடு, பத்தடி தூரத்தில் கணவனின் பணியிடம், சொன்ன வேலை கேட்க ஆள் என்றிருந்தாலும் சமையல் செய்வது, படுப்பது எல்லாமே ஒரே அறையில். அந்த அறைக்கு ஒரு ஜன்னல், ஒரு வெண்டிலேட்டர், ஒரு வாயிற்படி. முன்பு வெண்டிலேட்டர் அருகில் சமையல் செய்தது சுவர்க் கறுப்பிலிருந்து தெரிந்தது. சுந்தரி அடுப்பை ஜன்னலருகே வைத்தாள். ஒரு கள்ளிப் பலகை அலமாரியில் மளிகை சாமான்கள் கொண்ட ஓவல்டின் டப்பாக்கள். இரண்டே தட்டுகளுள்ள ஒரு கள்ளிப்பலகை அலமாரியில் பாத்திரங்கள். சுந்தரி புதிதாக ஒரு மண்ணடுப்பு கட்டினாள். இப்போது அவள் வீட்டுப் புகை ஜன்னல் வழியாக வெளியே போயிற்று.

சங்கரன் தந்திப் பரீட்சையை மீண்டும் எழுதி தேர்வு பெற்றுவிட்டான். அவன் ஒரு விடுமுறை நாளில் அலுவலகம் சென்று விசாரித்தான். அந்த வெள்ளைக்கார அதிகாரி இங்கிலாந்திலிருந்து ஒரு மாதம் கழித்துத்தான் வருவார் என்று தெரிந்தது.

வெள்ளைக்கார அதிகாரி அவன் சொன்ன சொல்லை மறக்கவில்லை. சங்கரனுக்கு ஒரு பெரிய ரயில் நிலையத்தில் உதவி ஸ்டேஷன் மாஸ்டர் நியமனம் கொடுத்து விட்டான். இந்த நிலையத்தில் மின்விளக்கு இருந்தது. எல்லா விரைவு வண்டிகளும் நின்று போகுமாதலால் வேலை கடுமையாக இருந்தது. ஆனால் ஸ்டேஷன் மாஸ்டர் ஒரு தமிழர். அவர் பக்கத்து வீட்டுக்காரராக அமைந்தது பல விஷயங்களில் சுந்தரிக்கு உதவியாக இருந்தது. ஒரு ரயில்வே கார்டிடம் சொல்லி நல்ல மணமான நல்லெண்ணெய் தருவித்து இரு வீட்டாரும் ஊறுகாய் போட்டுக் கொண்டார்கள். சுந்தரி அதிகாரியின் மனைவிக்கு தோசை மாவு அரைத்துத் தந்தாள். அவளுடைய மூன்று பெண்களுக்குக் குளிப்பாட்டித் தலைவாரிப் பின்னி விட்டாள். சுந்தரியே ஒரு தாயாகப் போகிறாள் என்று தெரிந்தபோது அந்த அம்மாள் பிரசவத்துக்கு ஊர் போக வேண்டாம். இங்குள்ள பெரிய ஆஸ்பத்திரியிலேயே வைத்துக்கொள்ளலாம் என்று கூறிவிட்டாள்.

சங்கரனின் மாமியார் அவளாகவே சங்கரன் ஊருக்கு வந்துவிட்டாள். சுந்தரிக்குப் பெண் குழந்தை பிறந்தது.

சிகந்தராபாத்திலிருந்து புரோகிதர் வந்து புண்யாகவசனம் செய்தார். ராமேசன் குடும்பத்தினர், பாலுவின் குடும்பத்தினர், சங்கரன் ஊரிலிருந்தே இன்னும் சில குடும்பங்கள் வந்து குழந்தையைத் தொட்டிலிடும் வைபவத்தை ஒரு கல்யாணமாகச் செய்துவிட்டனர். சபேசன்தான் சங்கரனிடம் "இனிமேலாவது உன் முதல் குழந்தைகளை இங்கேயே வளர்க்கலாமே", என்று சொன்னான். சங்கரன் பதில் சொல்லவில்லை.

சங்கரன் வெறும் உதவி ஸ்டேஷன் மாஸ்டராக இருந்தாலும் சுந்தரி, ஸ்டேஷன் மாஸ்டரம்மா என்று அழைக்கப்பட்டாள். இதில் சங்கடங்கள் இருந்தன. ஆனால் சாதாரண மனிதர்களுக்கு ஸ்டேஷன் மாஸ்டர், உதவி ஸ்டேஷன் மாஸ்டர் என்று வித்தியாசம் தெரியவில்லை. இருவரும் சீருடை அணிந்தார்கள். இருவரும் பச்சைக்கொடி, சிவப்புக் கொடி காட்டினார்கள். இருவரும் விசில் ஊதி ரயிலைக் கிளப்பினார்கள்.

சங்கரனுக்கு அவனுடைய மூத்த குழந்தைகள் நினைவு அடிக்கடி வந்தது. அவர்களைப் பார்த்தே ஒரு வருடத்திற்கும் மேலாயிற்று. நடுவில் வயிற்றில் கட்டி வந்து மிகவும் திண்டாடினார்கள் என்று தெரிய வந்தது. பெரிய மகள் ஒரு மாதமும் இன்னொருவள் ஒரு மாதமும் குழந்தைகளைப் பார்த்துக்கொண்டார்கள். பணக்காரப் பெண் பணம் கொடுத்து உதவினாள். ஆனால் அவளுக்கே குடும்பம் பெருத்துப் போயிருந்தது. ராமசுப்புவுக்கு பாங்க் வேலை கிடைத்துக் குழந்தையும் பிறந்ததிலிருந்து அவள் வீட்டில் பெரிய ஃபில்டரில் காபி போடவேண்டியிருந்தது.

ஒருநாள் இரவு சுந்தரியிடம் சங்கரன் கேட்டான், "உன் சித்தி குழந்தைகளையும் இங்கேயே அழைச்சுண்டு வந்துடலாமா?"

"அழைச்சுண்டு வந்து?"

"அம்மாதான் இன்னும் கொஞ்சநாள் இருக்கறதா சொல்லியிருக்காளே, நாம எல்லா குழந்தையும் சேத்து வைத்துப் பாத்துக்கலாமே"

"நீங்களா பார்த்துக்கறேள்? இங்க ஒரு குழந்தையை வைச்சுண்டு நாங்கதான் பாத்துக்கறோம். மூணும் சேந்தா எப்படி?"

"அப்ப எவ்வளவு நாள் அந்தக் குழந்தைங்க பாட்டி வீட்டிலே இருக்கறது?"

"பாட்டி வைச்சுக்கற வரைக்கும் இருக்கட்டுமே."

இருபது வயது கூட நிரம்பாத ஒரு பட்டிக்காட்டுப் பெண் எவ்வளவு உறுதியாகப் பேசுகிறாள்! தன் குழந்தைக்குப் போட்டி வரக்கூடாது என்பதில் எவ்வளவு கவனமாக இருக்கிறாள்!

ஒருமுறை அவன் ஊருக்குச் சென்றிருந்தபோது யாரோ அவன் பக்கத்து அறையிலேயே இருக்கிறான் என்று அறியாது, "நம்ம சங்கரன் ஒரே பெண்டாட்டி தாசனாக இருக்கானே?" என்று பேசிக்கொண்டிருந்தார். அந்தப் பெண்டாட்டி இறந்துவிட்டாள். ஆனால் சங்கரன் தொடர்ந்து பெண்டாட்டி தாசனாகவே இருக்கிறான்!

சுந்தரியைக் கேட்காமல் குழந்தைகளை அழைத்து வந்துவிடலாம். எப்படி? இரண்டும் ஐந்து வயதுக்குக் குறைந்த குழந்தைகள். ஒரு பெண் தயவில்லாமல் எழுநூறு எண்ணூறு மைல் ரயில் பயணத்தை எப்படிச் சமாளிப்பது? சுந்தரியின் அம்மாவின் அபிப்ராயமும் சுந்தரியுடையதை ஒத்ததாகத்தான் இருக்கும். சொந்த தங்கை குழந்தைகள் என்று எண்ணமாட்டாள்.

ஒரு நாள் சுந்தரியின் அம்மா, 'என்னைக் கொண்டு போய் விட்டுடுங்கோ, மாப்பிளை. அவர்தான் எத்தனை நாள் குழந்தைகள் சமைத்த சமையலைச் சாப்பிட்டுண்டு இருப்பார்," என்றாள்.

சங்கரன் கவனித்தான். அம்மாவுக்கும் பெண்ணுக்கும் ஏதோ வாக்குவாதம் நடந்திருக்கிறது. இல்லாது போனால் திடீரென்று அவனுடைய மாமியார் கணவன் மீது இவ்வளவு அக்கறை அனுசரிக்கக் காரணமென்ன? குழந்தையைத் தூக்குவதே இல்லை.

"இரண்டு மாசம் போகட்டும். எனக்கு லீவு கிடைக்கும். நாம எல்லாருமே ஒரு தடவை ஊருக்குப் போய்விட்டு வரலாம்."

"இன்னும் இரண்டு மாசம் காத்திண்டிருக்கணும்கறேளா?"

"எனக்கு உங்களைத் தனியா அனுப்பிடறதிலே சம்மதம் இல்லே. வரப்போ எப்படியோ வந்துட்டேள். குழந்தை தலை நன்னா நின்னுடுத்துன்னா நானும் எடுத்துப்பேன்."

"சரி . . ."

சங்கரனுக்கு ஒரு நம்பிக்கை தோன்றியது. "உங்க தங்கை குழந்தைகளை நீங்க பாத்துக்க முடியுமா? எங்கம்மா ரொம்பக் கஷ்டப்படற மாதிரி தெரியறது."

"அவரும் எழுதியிருந்தார். உள்ளூரிலேயே குழந்தைகளைப் பாத்துக்கறது ரொம்பக் கஷ்டம் இல்லே. அக்கம் பக்கத்திலே ஒத்தாசைக்குக் கூப்பிட்டுக்கலாம்."

“இங்கே ஸ்டேஷன் மாஸ்டர் வீட்டிலே அன்பா இருந்தாளே?”

“இப்பவும் அப்படித்தான் இருக்கா. அவதான் வாயைக் கொடுத்து வாங்கிக்கிறா.”

“யாரு?”

பெரியவள் முகத்தைத் திருப்பிக்கொண்டு போய்விட்டாள். மாப்பிள்ளையிடம் பெண்ணைப் பற்றிக்குறை சொல்லப் பெரிய வாக்குவாதம்தான் நடந்திருக்க வேண்டும்.

சங்கரன் ஸ்டேஷனுக்குப் போய்விட்டான். வருடாந்திர சம்பள உயர்வு அமல்படுத்தத் தொடங்கிவிட்டார்கள். சுந்தரி வந்ததில் அவனுடைய தசை மாறிவிட்டது. அங்கே ஊரில் தகப்பன், தாய் இருவரும் இல்லாமல் வளரும் குழந்தைகளும் இங்கு வந்துவிட்டால் அவனுடைய யோகத்தை மிஞ்சுபவர் கிடையாது. அவனுடைய மாமியார் அவளாகவே ஊருக்குக் கிளம்பிவிட்டாள்.

ராமேசன் ஞாயிற்றுக்கிழமையன்று வந்திருந்தான். அதுவரை அந்தச் சிந்தனையே இல்லாத சங்கரனிடம் சொன்னான்: “நம்ம அப்பா சிரார்த்தம் நாம இங்கே வந்ததிலேந்து விட்டுப் போயிடுத்து.”

“நான் ஊருக்குப் போனப்போ அம்மா சொன்னா. இங்கே அதுக்கு சௌகரியமில்லேன்னு சொன்னேன்.”

“இப்போ இருக்கு. நம்ம ஊரிலேந்து ஒரு சாஸ்திரிகள் வந்திருக்கார். என்னை வந்து பார்த்தார். அடுத்த மாசம் திதிவரது.”

“எங்கே செய்யறது?”

“செஞ்சா நாம மூணு பேரும் செஞ்சிடணும். என் வீட்டிலேயே செஞ்சிடலாம். மூணு பேரும் பங்கு போட்டுண்டா ஆளுக்குப் பத்துப் பன்னிரண்டு ரூபாய்க்கு மேலே ஆகாது. இதிலே முக்கியம் என்னன்னா நம்ம மூணு பேருடைய குடும்பம் வருஷத்திலே ஒரு நாளாவது சேந்துப்போம். நான் அம்மாவையே இங்கு வந்துடுன்னு சொல்லிண்டிருக்கேன்.”

“நானும் சொன்னேன். அவ அந்த வீட்டை விட்டு வர மாட்டேங்கறா.”

“கஷ்டம்தான். பதினாறு குழந்தைகள் பொறந்த இடம். நிறைய நல்ல காரியம், துக்கம் எல்லாம் அந்த வீட்டிலே நடந்திருக்கு. நாம வந்துட்டோம். ஆனா அம்மாவாலே முடியுமா? ஏக்கத்திலேயே போய்விடுவா.”

"இந்தக் காரியத்தை அங்கே வந்து பண்ணணும்னு சொன்னா. ஒரே சமயத்திலே மூணு பேருக்கும் லீவு கிடைக்கணும். ஒரு நாள் திவசத்துக்கு ஒரு வாரம் லீவு கூடப் போறாது. அப்புறம் அம்மா அவளே ஒண்டியா சமையல் பண்ணறேன்னுவா."

இப்படியாக வருடம் ஒரு முறையாவது மூன்று சகோதரர்களும் முழுக் குடும்பத்துடன் சந்திக்க வேளை வந்தது. மூன்று ஓரகத்திகளும் பட்டிக்காட்டுப் பெண்கள் என்றாலும் மொழி தெரியாத ஊரில் குடித்தனம் நடத்திக் குழந்தை வளர்த்து அவற்றின் மூலம் ஏராளமாக வளர்ச்சி அடைந்திருந்தார்கள். அவர்கள் கணவன்மார்களைக் காட்டிலும் அதிக சுயநம்பிக்கை உடையவர்களாக இருந்தார்கள். ராமேசன் வீடு சிறியதானாலும் பல சௌகரியங்கள் கொண்டிருந்தது. கடைத் தெரு, காய்கறிக் கடை மிகவும் அருகில் இருந்தன. வீட்டு வாசலில் குழாய். எதிர் வரிசையிலும் ஒரு குழாய்! அந்த வீட்டுக்கே இரண்டு குழாய் வீடு என்று பெயர். குளித்துவிட்டு நான்கைந்து குடங்கள் தண்ணீர் கொண்டுவந்தால் சமையலுக்கும் குடிதண்ணீருக்கும் போதுமானதாக இருந்தது. காலை ஒன்பது மணிவரை தண்ணீர் வரும். எட்டு எட்டரைக்குப் பிறகு சிறு பீப்பாயில் பிடித்து இருவராகத் தூக்கி வருவார்கள்.

சிரார்த்தம் முடிந்து சகோதரர்கள் சாப்பிட உட்காரப் பகல் இரண்டு மணியாகிவிட்டது. அதன் பிறகு பெண்கள் ஹோமம் நடத்திய இடத்தைச் சுற்றி எல்லாரும் படுத்துவிட்டார்கள். சங்கரன் மட்டும் மனைவியுடன் உடனே கிளம்பிவிட்டான். அவன் குழந்தை சுந்தரியின் தாயுடன் இருந்தது.

ஒரு நாள் யாரிடமும் சொல்லாமல் அவன் ஊருக்குத் தனியாகப் போனான். அவனுடைய அம்மா மூன்று சகோதரர்களையும் அவர்களுடைய மனைவிகளையும் திட்டுவாள் என்று தெரியும். அவன் போனபோது அவனுடைய மூத்தாள் குழந்தைகளை மூத்தாள் அண்ணா வீட்டில் வளருவது தெரிந்தது. அங்கு போனான். அவன் இப்போதும் அந்த வீட்டு மாப்பிள்ளைதான். ஆதலால் வரவேற்புக்கு ஒன்றும் குறைவில்லை. ஏன் சுந்தரியை அழைத்து வரவில்லை என்று கேட்டார்கள். அந்தக் கேள்விக்கு நேரிடையாகப் பதில் தராமல் அவன் சமாளித்தான். மைத்துனன் குழந்தைகளை வெளியே அழைத்துப் போனான். அவனுடைய இரு குழந்தைகளும் தூக்கத்தான் சொல்லின. அது முடியாத காரணத்தால் வீட்டிலே விட்டுவிட்டுத்தான் சென்றான். ஊரில் நிறைய மாற்றங்கள் இருந்தன. புதிதாகக் கடைகள் வந்திருந்தன. அவனுடைய மாமனாரே ஒரு காலத்தில் ஒரு சிற்றுண்டிச் சாலையைச் சிறிய

அளவில் நடத்திக்கொண்டிருந்தார். மாலை நான்கு மணிக்கு வாசற்பக்கம் இருந்த ஜன்னலைத் திறப்பார். காலணா பஜ்ஜி. அவர் எண்ணி நூறு பஜ்ஜிகள் போடுவார். அவை அரை மணியில் தீர்ந்துவிடும். ஜன்னலை மூடிவிடுவார். அவர் இறந்த பிறகு அதைத் தொடருவதில் யாருக்கும் விருப்பமில்லை.

சங்கரன் பெரிய கடைத் தெருவில் ஒரு டப்பா ஓவல்டின் வாங்கினான். அந்த நாளில் போஷாக்குக்காகத் தரக்கூடிய ஒரு பொருள் அதுதான். இங்கிலாந்திலிருந்து வரவேண்டும். அதில் முட்டை கலந்திருக்கும் என்று வைதீகக் குடும்பங்களில் தொடக்கூட மாட்டார்கள்.

சங்கரன் மைத்துனன் மனைவியிடம் சொன்னான், “பவானி குழந்தைகள் இரண்டும் மிகவும் சோனியாக இருக்கின்றன. அவற்றுக்குப் பால் தரும்போது இதையும் சிறிது கலந்து கொடுக்கணும்.”

“இது எவ்வளவு நாள் வரும்? எதுக்கும் அம்மாவைக் கேட்டுடறேன்.”

“கேளுங்கோ. இரண்டும் உடம்பு தேறாம இருக்கு.”

“அவரையும் கேக்கணும். யாரும் தப்பா எடுத்துக்காம இருக்கணும்.”

“இப்பவே நீங்க பெரிய புண்ணியம் கட்டிண்டிருக்கேள். தாயில்லாக் குழந்தைகளை மூணு வருஷமா நீங்க பாத்துண்டிருக்கேள். கொஞ்சம் உடம்பு தேறினப்புறம் நான் எங்க ஊருக்கு அழைச்சுண்டு போயிடறேன்.”

“அதோ அம்மா வரா.”

“என்ன மாப்பிளை?”

“பவானி குழந்தைகள் இரண்டும் ரொம்பச் சோனியா இருக்கு. தினம் ஒரு வேளை ஓவல் டின் தரலாமோன்னு தோணித்து.”

“எனக்கும் வேதனையாத்தான் இருக்கு. இங்கே மத்த குழந்தைகளுக்குத் தரதல்லாம் அதுகளுக்கும் தரதுதான். முதலாவது தேவலை. இரண்டாவதுக்குத் தாய்ப்பாலே இல்லாம போயிட்டது. எங்காத்து மாமா கடை டப்பா எதையும் தொடமாட்டார். எண்ணெய் செக்கிலேந்து கொண்டு வருவார். கடலை மாவை நாங்கதான் அரைக்கணும். எதுக்கும் கொடுத்துட்டுப் போங்கோ. எல்லாக் குழந்தைகளும் ஆனா, ஆவன்னா எல்லாம் சொல்லறது. பெரியவன் வெறுமனே முழிக்கறான். இரண்டாமவன் தேவலை. ஆனா ரெண்டு வயசுதானே ஆச்சு? பாக்கலாம்.”

சங்கரனுக்கு ஞாபகம் வந்தது. பெரிய பையன் பிறந்தபோது ஏனோ அதைச் செல்லமாக உலக்கை என்று அழைத்தான். இப்போது அந்தக் குழந்தை உலக்கையாகவே இருக்கிறான்.

ரயிலில் எவ்வளவு கூட்டமானாலும் சங்கரன் சிறிதாவது கண்ணயர்வான். இம்முறை முடியவில்லை.

❍

ராமேசன்

ஒவ்வொரு முறையும் அந்த பங்களாவைத் தாண்டிப் போக நேரும்போதெல்லாம் ராமேசன் அந்த பங்களாவிலிருந்த வெள்ளைக்கார துரையுடன் அவனுக்கு நேர்ந்த முதல் சந்திப்பை நினைக்கத் தவறியது கிடையாது. அந்த ஒரு சந்திப்பு எப்படி மூன்று பேருடைய வாழ்க்கையையே புதிய திசையில் திருப்பிவிட்டது? அவனை ஓர் இந்தியன் மலையத்தனை விசுவாசத்தோடு நினைத்து வணங்குகிறான் என்று அவனுக்குத் தெரியுமா? மூன்று சகோதரர்களும் வேலையில் சேர்ந்த சில வாரங்களிலேயே அவன் இங்கிலாந்து போய்விட்டான். மூன்று வீடுகளில் அடுப்பெரிவது அவனால்தான் என்று அவன் நினைத்துப் பார்ப்பானா?

தனக்கிருந்த நன்றியுணர்ச்சி தன் தம்பிகளுக்கு இல்லை என்று ராமேசனுக்குத் தெரியும். அவர்கள் அந்த துரையைச் சரியாகப் பார்த்தது கிடையாது. அந்தக் குடும்பத்தில் எந்த ஆதரவும் கிடைக்க வாய்ப்பில்லாத கடைசி மூன்று பிள்ளைகளுக்குப் பொறாமைப்படக்கூடிய துறையில் வெகு எளிதாக வேலை வாங்கிக் கொடுத்ததின் முக்கியத்துவம் அவர்களுக்குத் தெரியவில்லை. சங்கரனுக்கு இருபது வயதுகூட ஆகாதபோது ஒரு நிரந்தரமான, பல வசதிகள் கொண்ட வேலை. பாலு நாலைந்து இடங்களில் முயற்சி செய்து வேலை கிடைக்காத போது ஏதோ ஏடாகூடமாகச் செய்யக்கூட எண்ணியிருக்கிறான். திருமணம் நடந்து எட்டு மாதங்கள்கூட அப்போது ஆகவில்லை. நல்லவேளையாக உயிர் பிழைத்தது. இதெல்லாம் யாரும் நினைத்துப் பார்க்கக் கூடாது. அவனே கூட.

ராமேசன் முதல் இரு பிரசவங்களுக்கு மனைவியை அவனுடைய பிறந்த வீட்டில் கொண்டு போய் விட்டுப் பிரசவத்திற்குப் பிறகு அழைத்தும் வந்தான். ரயில் பயணங்களில் இருந்த உற்சாகம் சிறிது தண்ணீருக்கும் பாலுக்கும் வழியில் படும் திண்டாட்டத்தால் வெகுவாகக் குறைந்திருந்தது. அது நீராவி இஞ்சின் காலம். இஞ்சினுக்குத் தண்ணீர் நிரப்பும்

ரயில் நிலையங்களில் தண்ணீர் கிடைக்கும். ரயிலிலிருந்து முண்டியடித்து இறங்கி குழாயடியில் இருக்கும் கூட்டத்தில் முண்டியடித்து ஒரு கூஜாவில் தண்ணீர் பிடித்து வந்து சரியான பெட்டியில் ஏற வேண்டும். தவறான பெட்டியில் ஏறிவிட்டால் அடுத்த நிலையம் வரை அவனும் கவலையுடன் தவிக்க வேண்டும், அவனுடைய மனைவி லட்சுமியும் தவிக்க வேண்டும். இந்தத் தவிப்பைத் தவிர்ப்பதற்காகவே மூன்றாவது பிரசவத்திலிருந்து உள்ளூரிலேயே உள்ள ஆஸ்பத்திரியில் சேர்த்தான். ஐந்தே படுக்கைகள். ஒரு மருத்துவர். இரு நர்ஸ்கள். இரு உதவியாளர்கள். அந்த ஆஸ்பத்திரியில் அறுவை சிகிச்சை கிடையாது. அது தேவையானால் பெரிய ஆஸ்பத்திரிக்குப் போக வேண்டும். பிரசவங்களுக்கு அறுவை சிகிச்சை அந்த நாளில் பழக்கமாகவில்லை.

ராமேசன் பலமுறை வீடு மாறியிருப்பான். ஒவ்வொரு முறையும் ஏதாவது சில சாமான்கள் தூரப் போடப்படும், சில புதியது வாங்கப்படும். வாங்குவது ஏலக் கடைகளில்தான். அந்த நாளில் ஏலக் கடைக்கு இருமுறை போக வேண்டும். ஞாயிறு ஏலம் நடக்கும். ஆனால் இரு நாட்கள் முன்னரே போய்ப் பொருள்களைத் தேர்ந்தெடுத்துவிட்டு வரவேண்டும். விலையுயர்ந்த தேக்கு மர மேஜை நாற்காலி அவன் குடியிருக்கும் இடத்திற்குச் சற்றும் பொருந்தாததாக இருந்தது. என்ன இருந்தாலும் இல்லாது போனாலும் இரண்டு அரிக்கேன் லாந்தல்களும், ஒரு கரியடுப்பும் மிகவும் அவசியம். ராமேசனுக்கு அவன் பிறந்து வளர்ந்த ஊரில் தினமும் லாந்தலைத் துடைத்து வைக்க வேண்டும் என்று கூடத் தெரியாது. எல்லாவற்றையும் அண்ணன்மார்கள் பார்த்துக்கொண்டு விடுவார்கள். சாது அண்ணா அவ்வளவு வீட்டுப் பொறுப்புகளையும் முடித்துவிட்டு அலுவலகத்திலும் அவன் மீது சுமத்தப்படும் அத்துணை வேலைகளையும் செய்தபிறகு வீடு திரும்பும்போது வாடி வதங்கி வற்றலாக இருப்பார். இப்படி உழைத்த அண்ணாவுக்கு எப்படி நீரிழிவு வியாதி வந்தது?

ராமேசனுக்கு பெரியண்ணாவின் சாவின் போது அருகில் இல்லாது போனது பெரிய துக்கத்தைக் கொடுத்தது. ராமசுப்புவை வைத்துத் தகனம் முடித்திருக்கிறார்கள். அம்மாவிடமிருந்து விலகி இருந்தது பல விஷயங்களுக்குச் சௌகரியமாக இருந்தாலும் குடும்பத்தில் நல்லது கெட்டது நடக்கும்போது உடனியாகப் போக முடியாது. அம்மாவே இப்போது மூன்று சகோதரர்கள் நிலையான உத்தியோகத்தில் இருக்கும்போது யாராவது ஒருவனோடு இருக்கலாம். அல்லது நிஜாம் சமஸ்தானத்திலேயே மூன்று சகோதரர்களிடம் மாறி மாறி இருக்கலாம். சங்கரனின்

மேலதிகாரியும் பக்கத்து வீட்டுக்காரரும் மிகவும் நல்ல மாதிரியாக இருந்தார்கள். பாலுவுக்கும் பெரிய வீடு கொடுத்திருந்தார்கள். அவ்வளவு பெரிய வீட்டை எப்படி தினமும் பெருக்கி மெழுகிச் சுத்தமாக வைத்துக்கொள்வது என்று மலைப்பாக இருக்கும்.

ராமேசனின் முதல் பையனுக்கு ஸ்ரீவத்சன் என்று பெயரிட்டிருந்தது. அது பையனுக்குத் தாத்தா பெயர் இல்லைதான். எப்படி அப்பா பெயரை உரத்துச் சொல்லிக் கூப்பிடுவது? அப்பா எவ்வளவோ நூறு பையன்களுக்குப் பாடம் கற்பித்திருக்கிறார். ஒன்பதாவது வகுப்புப் பாடங்கள் கடினமாக இருக்கும்; ஆனால் வெகு எளிதாக்கிப் புரியவைத்து விடுவார். எல்லா வகுப்புகளிலும் 'ஃபெயில்' பையன்கள் என்று ஐந்தாறு பேராவது ஒரே வகுப்பு பெஞ்சை இரு ஆண்டுகள் தேய்ப்பார்கள். ஆனால் அப்பா வகுப்பில் ஃபெயில் ஆகிய பையன்களே கிடையாது. அப்படி அவர் உழைத்தும் அவர் இறந்தபோது அவருடைய ஈமக்கிரியைகளைப் பணமுடையோடுதான் செய்ய முடிந்தது. அதைவிடப் பரிதாபகரமானது அவருடைய ஒரு பையனைத் தவிர மற்றவர்கள் எல்லாரும் பெரிய பரிட்சைகளை முதல் தடவையே 'பாஸ்' செய்யவில்லை. நன்றாகப் படித்த இரண்டாவது மகன் யார் யாரையோ கெஞ்சிக் கூத்தாடிக் கும்பகோணம் கல்லூரியில் சேர்ந்து பி.ஏ. பாஸ் செய்தான். ஒரு வருடத்திற்கும்மேலாக வேலை கிடைக்கவில்லை. கடைசியில் சாது அண்ணா, மக்கு அண்ணா என்று பெயர் எடுத்தவனால் அவனுக்கு வேலையும் கிடைத்தது, ஒரு நல்ல பெண்ணுடன் திருமணம் கூட நடந்தது. ஆனால் அவனுக்கு எதுவுமே கொடுத்து வைக்கவில்லை. அவனுடைய குழந்தையைக் கொஞ்சுவதற்குக்கூட.

ராமேசனுக்கு ஊரைவிட்டு ஊர் வந்தது போகப் போகச் சரியான முடிவே என்று தோன்றியது. யாரோ சொல்லி விண்ணப்பம் அனுப்பினான். ஏதோ துரை அவனை உடனே வாடா என்றான், வேலையும் கொடுத்தான். அப்போதே வேலை சிறிது காலத்துக்குத்தான் என்றான். ஆனால் அதே மனிதன் ராமேசனுடன் அவனுடைய தம்பிகளுக்கும் வேலை கிடைக்கும்படி செய்துவிட்டு இங்கிலாந்து போய்விட்டான்.

ராமேசனுக்கு வியப்பாக இருந்தது. அவன், அவனுடைய மனைவி லட்சுமி இருவருமே உள்ளூர் மொழியைப் பேசக் கற்றுக்கொண்டு மூன்று குழந்தைகளுக்குள் நான்கு வீடுகள் மாறிவிட்டார்கள். அவனுடைய அப்பாவுக்குப் பதினாறு குழந்தைகள் பிறந்து எட்டு தங்கினார்கள். இப்போது எட்டு ஆறாகிவிட்டது. ஆண்தான் குடும்பத்தலைவன் என்றால் இப்போது ராமேசன்தான் அவனுடைய அப்பா விட்டுச்

சென்ற குடும்பத்துக்கும் தலைவன். ஆனால் அம்மாவின் கடுமையான நாக்கு, இரு சகோதரிகள் இருபது வயதுக்குள் விதவையாகிவிட்டது – இதெல்லாம் குடும்பத் தலைவனுக்குப் பெருமை தருவது அல்ல. இப்போது அவன் ஓடிப்போய்விட்டவன் ஆகிவிட்டான். போகிறவன் கடைசி இரு தம்பிகளையும் கூடவே இழுத்துக்கொண்டு ஓடிவிட்டான். அப்படிச் செய்யாவிட்டால் அவர்கள் இருவருக்கும் நிரந்தரமான வேலை கிடைத்திருக்குமா? அதிலும் கடைசித் தம்பிக்கு அரிசி பருப்புச் செலவே கிடையாது. அவன் இரயில் நிலையத்தைப் பயன்படுத்துபவர்கள் முதலில் சங்கரனுக்கும் அவனுடைய அதிகாரிக்கும் கொடுத்துவிட்டுத்தான் கோணிப்பையைத் தைப்பார்கள்.

ராமேசன் அப்போதிருந்த வீட்டுக்குப் பக்கத்திலேயே அனுமார் கோயில். ஊர் தெருவில் சுமார் இருபது அடி உயரமுள்ள கருங்கற்பாறை. அதில் படிக்கட்டுகள் கட்டிப் பாறை மீது ஒரு சிறிய ஆஞ்சநேயர் கோயில். அதை ஒரு மராட்டியக் குடும்பம் பார்த்துக்கொண்டிருந்தது. மராட்டியர்கள் மல்யுத்தத்தை ஒரு விசேஷ பயிற்சியாகக் கருதினார்கள். மல்யுத்தக்காரர்கள் என்ன ஜாதி மதம் இருந்தாலும் ஆஞ்சநேயர்தான் இஷ்ட தேவதை. விக்கிரகத்துக்குச் செந்தூரம் பூசி இருப்பார்கள். பூசாரியே அதை வணங்குவோருக்கு நெற்றியில் அழகாகப் பொட்டிட்டு விடுவார். ராமேசன் சுருக்கெழுத்தும் கற்றுக்கொண்டிருந்ததால் அவனுடைய இலாகா அதிகாரி தவிர இரு வேறு துரைகளுக்கும் கடிதங்கள் தட்டச்சு செய்து தரவேண்டும். அந்தத் துரைகள் நாமத்தைக் கூடப் பொறுத்துக்கொண்டுவிடுவார்கள். ஆனால் செந்தூரம் கண்டால் கொதித்துப் போய்விடுவார்கள். செந்தூரம் விஷம். கடவுள் பிரசாதம் என்று சொன்னால் இன்னும் அதிகமாக எரிந்து விழுவார்கள். ஆதலால் அவன் கோயிலுக்கு மாலையில்தான் போக வேண்டும்.

இந்த சிரார்த்த விஷயம் அவனை உறுத்திக் கொண்டிருந்தது. பெரியண்ணாதான் எல்லா ஏற்பாடுகளும் செய்து சிரார்த்தத்தையும் செய்வார். தம்பிகள் உடன் நிற்க வேண்டும். தர்ப்பணம் செய்யும்போது ஒவ்வொருவராகச் செய்ய வேண்டும். வேலைக்கு என்று நிஜாம் ராஜ்யம் வந்தபிறகு சிரார்த்த நாள்கூடத் தெரியாமல் போய்விட்டது. இப்போது ஆறு ஏழு ஆண்டுகளுக்குப் பிறகு மீண்டும் ஆரம்பம்.

சிரார்த்தம் சகோதரர்கள் சேர்ந்துதான் செய்ய வேண்டும். ஒருமுறை பிரிந்துவிட்டால் பிறகு தனித்தனியாகச் செய்ய வேண்டும். அது எளிதானதல்ல. இப்போது ராமேசனுக்குப் புரோகிதர் கிடைத்துவிட்டார். சிரார்த்தத்தை வருடாவருடம் சரியான திதியில் செய்துவிடலாம்.

அன்று அவனுடைய மூத்த மகன் ஸ்ரீவத்சன் சோர்ந்து படுத்துக் கொண்டிருந்தான். அவன் பங்குக்குக் குடிதண்ணீர், சமையலுக்குத் தண்ணீர் பிடித்துவிட்டுத்தான் படுத்துக்கொண்டிருக்கிறான். அவனைப் பள்ளியில் சேர்க்க வேண்டும். நன்றாக ஓடியாடிக் கொண்டிருக்க வேண்டிய வயதில் அடிக்கடி பகலிலேயே தரையில் ஒரு மூலையில் படுத்து விடுகிறான்.

"சாப்பிட உட்காரலாமா?" என்று ராமேசன் மனைவியைக் கேட்டான். அவள் குழந்தையைக் கையில் வைத்துக்கொண்டு ரசத்துக்குத் தாளித்துக் கொண்டிருந்தாள். மகன் பக்கத்து வீட்டுக்காரர் வீட்டிற்குச் சென்றிருந்தான்.

அடுப்பைத் தணித்துவிட்டு ராமேசன் மனைவி தட்டைக் கழுவி ராமேசன் வழக்கமாக உட்கார்ந்து சாப்பிடும் இடத்தில் வைத்தாள். ராமேசன் அவனாகவே ஒரு தம்ளரில் தண்ணீர் எடுத்து வைத்துக்கொண்டு உட்கார்ந்தான்.

ராமேசன் மனதில் பச்சாதாபம் பொங்கி வந்தது. எல்லாரும் அவனுடைய தாயாரைப் பொல்லாதவள், தேள்கடியாகப் பேசுபவள் என்று கூறுவார்கள். ஆனால் அவளும் எவ்வளவு கஷ்டப்பட்டிருப்பாள்! ஒரு வயது, ஒன்றரை வயது வித்தியாசத்தில் குழந்தைகள். கணவன் பள்ளிக்கூட வாத்தியார். பள்ளி திறக்கப் பதினைந்து நிமிடங்கள் முன்பே பள்ளிக்குச் சென்று தலைமை ஆசிரியரை ஒருமுறை பார்த்துவிட்டு வகுப்புக்குப் போகவேண்டும். பள்ளிக்கூடம் ஐந்து நிமிட நடையில் சென்றுவிடலாம் என்றாலும் ஒழுங்காக உடையுடுத்தி நெற்றியில் சந்தனம் குங்குமம் தரித்துக் கொண்டு போக வேண்டும். ராமேசன் நெற்றியில் இருப்பதை அழித்துவிட்டுத் தலையில் ஒரு தொப்பியை அணிந்துகொண்டு போகவேண்டும். ஒரு சைக்கிள் இருந்தால் சீக்கிரம் போய்விடலாம். ஆனால் ஒரு பழைய சைக்கிளை வாங்குவதற்கே இருபது முப்பது ரூபாய் வேண்டும். அந்த வீட்டில் அவனுடன் இன்னும் மூன்று குடும்பங்கள். சைக்கிள் வைக்கச் சௌகரியமாக வெளி வராந்தா என்று ஒன்றும் கிடையாது. ஆதலால் இரவில் அவர்கள் வசிக்கும் அறையிலேயே வைத்துக்கொள்ள வேண்டும். அவன், அவனுடைய மனைவி, மூன்று குழந்தைகள் எப்படி எங்கே படுத்துக்கொள்வது? சைக்கிள் விடக் கற்றுக்கொண்டால் வீடு மாறிச் சற்று பெரிய வீட்டுக்குப் போகும்போது சைக்கிள் வாங்குவது பற்றி யோசிக்கலாம்.

"இந்தத் தடவை அரிசி கொஞ்சம் பார்த்து வாங்கணும்" என்று மனைவி சொன்னாள். அவளுக்கு லட்சுமி என்று பெயரிட்டிருந்தாலும் அது அவள் பிறந்த வீட்டில் எச்சுமி என்றாகிவிட்டது. ராமேசனுக்கு அது பிடிக்கவில்லை.

யுத்தங்களுக்கிடையில் . . .

"வேறே கடையிலே பாக்கணும்கறியா?"

"வேறே கடை இருக்கா?"

"கொஞ்சம் தள்ளி இருக்கு. இந்தக் கடையிலே பணம் கொஞ்சம் முன்னே பின்னே கொடுத்துக்கலாம்."

"நான் விசாரிச்சுப் பார்க்கட்டுமா?"

"நீ யாரை விசாரிப்பே?"

"ஜானகிபாயைத்தான்."

ஜானகிபாய் பால்கார ராம்லாலின் மனைவி.

ராம்லால் ராமேசனிடம் பால்காரன் போலவே நடந்துகொள்ளமாட்டான். ராமேசனும் ராம்லாலும் பல ஆண்டுகள் பழகிய நண்பர்கள் போலிருப்பார்கள். லட்சுமிதான் ராம்லால், அவனுடைய தம்பி சோட்டு இருவரிடமும் சதா குறைகூறிச் சண்டை போடுவாள். ராம்லால் அதைப் பொருட்படுத்தாதபடி அடுத்த நாளும் ஏழு மணிக்குப் பால் கொண்டு வந்து அளந்து தருவான். பால் தண்ணீர் கலந்தது என்று மீண்டும் சண்டை. ஆனால் அந்த ராம்லாலின் மனைவியான ஜானகிபாய் தினம் பகல் நேரத்தில் லட்சுமியைப் பார்க்க வருவாள். அவள் வற்புறுத்துவாள்; மூன்று குழந்தைகள் இருக்கிற வீட்டில் கட்டாயம் ஒரு தையல் மிஷின் இருக்க வேண்டும். அவள் சிங்கர் கம்பெனியில் போய் விசாரித்தும் வந்துவிட்டாள். அந்த நாளில் சிங்கர் கம்பெனி தையற்காரர்களிடம் மிஷின் தந்து தவணை முறையில் பணம் வாங்கிக்கொள்ளும். பல தையற்காரர்கள் தவணை தவறுவார்கள். இரண்டாம் மாதம் கம்பெனி மிஷினை எடுத்துவந்துவிடும். நூறு ரூபாய் மிஷினை எழுபத்தைந்து ரூபாய்க்குத் தந்துவிடும். ஜானகிபாய் அதையும் குறைத்து அறுபது ரூபாய்க்குப் பேசிவிட்டு வந்திருந்தாள். கால் அரையாகச் சேர்த்து வைத்திருந்த பணத்தைக்கொண்டு லட்சுமி மிஷினை வாங்கி வந்துவிட்டாள். மிஷினை வாங்கிவிட்டால் அதைப் பயன்படுத்தத் தெரியவேண்டாமா? இப்போது ஜானகிபாயின் முக்கியத்துவம் அதிகரித்தது. ஒரு நாளைக்கு மூன்று மணி நேரம் லட்சுமியுடன் செலவழித்தாலும் லட்சுமி ராம்லால் தரும் பாலின் தரம் பற்றி ஒரு சொல் சொல்லமாட்டாள். லட்சுமியின் குழந்தைகள் ஜானகிபாய் வருகையை ஆவலுடன் எதிர்பார்த்துக் கொண்டிருப்பார்கள். ஜானகிபாயால் எதையும் வாங்கிவர முடியாது. அவளே வெறுங்காலுடன்தான் வருவாள். ஒருமுறை லட்சுமி அவளுடைய செருப்பை எடுத்துப் போ என்று ஜானகிபாயிடம் கூறியிருக்கிறாள். "வேண்டாம்மா. வீண் பேச்சு வரும்" என்று சொல்லி ஜானகிபாய் மறுத்துவிட்டாள்.

ராமேசனுக்கு இதுவும் ஓர் அதிசயமாக இருந்தது. ஜானகிபாயின் பிறந்த இடம் பம்பாயிலிருந்து இருநூறு மைல் வடக்கில் இருப்பதாக ராம்லால் கூறியிருந்தான். அவன் கிராமத்திலிருந்து ஐந்து மைல் தள்ளி அவன் கிராமம். நிஜாம் ராஜ்யம் வந்த பிறகு அவர்கள் இருவரும் ஒரே ஒருமுறைதான் அவர்கள் கிராமத்திற்குச் சென்றிருக்கிறார்கள். அதுவும் ஒரு பிரார்த்தனைக்காக. ஜானகிபாய்க்குக் குழந்தை பிறக்கவில்லை. ராமேசன் லட்சுமியிடம் பேசியதில்லையாயினும் அவன் ஜானகிபாய் பற்றி யோசித்திருக்கிறான். இவ்வளவு முகமலர்ச்சியுடனும் உயரத்துக்கு ஒத்த உருவமும் உடைய ஜானகிபாய் மலடியா? அந்த நாளில் ஆண் மலடு என்பதும் சாத்தியமே என்று யாருக்கும் தோன்றாது.

ஸ்ரீவத்சனைப் பள்ளியில் சேர்க்க வேண்டும். அந்த ஊரில் ஐந்தாறு பள்ளிகள் இருந்தாலும் குறைந்தது அரை மைல் நடை தேவையிருந்தது. ஆறாம் வயதில் இரண்டாவது வகுப்பில் சேர்த்துவிடலாம் என்று ராமேசன் நினைத்தான். லட்சுமி அவளுக்குத் தெரிந்த அகர வரிசையும் எண்களையும் சொல்லிக் கொடுத்தாள்.

○

பாலு

இவனா பாலு என்று உறவினர்கள் கேட்கும் வகையில் வேலை கிடைத்தவுடன் பாலு சதை போட்டுவிட்டான். மூன்று சகோதரர்களில் அவனுக்குத்தான் அலைந்து திரிய வேண்டிய உத்தியோகம். அது தவிர முதலிலிருந்தே அவன் சைக்கிள் ஓட்டக் கற்றுக்கொண்டு ஒரு பழைய சைக்கிளை வாங்கியும் விட்டான். அவன் வேலையில் ஊர் மாறிப் போவது இருந்தாலும் சங்கரன்போல இரண்டாண்டுகள் மூன்றாண்டுகளில் இருக்காது. ஒரு காரணம், அவனுடைய வேலையில் நூறு மைல் அப்பக்கம் நூறு மைல் இப்பக்கம் இருப்புப் பாதை செல்லும் பாதையும் கைகாட்டி மரங்கள் பற்றியும் நன்கு தெரிந்திருக்க வேண்டும். அதனாலேயே ஊர் மாற்றம் மீண்டும் முதல் படியிலிருந்து ஆரம்பிக்க வேண்டும். மிகச் சில இடங்களில் மின்சார விளக்குகள் உண்டு. ஒவ்வொரு கைகாட்டி மரத்துக்கும் இரவில் விளக்கு ஏற்றி வைக்க வேண்டும். பச்சை, சிவப்பு வண்ணக் கண்ணாடிகள் பொருத்தப்பட்ட கைகாட்டி கீழே இறக்கப்பட்டால் பச்சையும் நேராக இருந்தால் சிவப்புமாக இருக்கும். மிகக் குறைந்த ரயில்கள் பகலிலும், இரவிலும் இந்தக் கைகாட்டி மரங்களை

நம்பித்தான் ஓடின. ஒற்றைப் பாதை. ஆதலால் எதிரும் புதிருமாக வரும் ரயில்கள் சற்றுப் பெரிய நிலையங்களில் சந்திக்கிறபடி அட்டவணை அமைக்கப்பட்டிருக்கும். பயணிகள் வண்டி தவிர ஒரு நாளைக்கு இருசரக்கு ரயில்களாவது இருக்கும். பாலுவுக்குப் பெரிய சம்பளம் கிடையாது. பயணப்படி என்று சிறிது கிடைக்கும். ஆனால் அரண்மனை போன்ற வீடு. ஒரு காரணம், ஒரு காலத்தில் பாலுவின் வேலையை வெள்ளைக்காரர்கள் மட்டுமே செய்திருக்கக்கூடும் அவர்களுக்குக் கடுமையான பணியானாலும் வீடு விசாலமாக இருக்கட்டும் என்று நிர்வாகம் நினைத்திருக்கலாம். ஒரு காலத்தில் படித்தவர்கள், படிக்காதவர்கள் என்று நிறைய ஆங்கிலேயர்கள் பிழைப்புக்காக இந்தியாவை நாடி வந்தார்கள். இப்போது அடித்தட்டு ஆங்கிலேயர்கள் இந்தியா வருவது குறைந்திருக்கலாம்.

பாலுவுக்கும் அடுத்தடுத்துக் குழந்தைகள். பாலுவால் ஒரு விஷயத்தைப் பொருத்திப் பார்க்க முடிந்தது. இரு சகோதரர்கள், மூன்று சகோதரிகள் இறுதியாக மூன்று சகோதரர்கள். முதல் இருவருக்கும் இரண்டு பிள்ளைகள். சகோதரிகளுக்குக் குழந்தைகளே கிடையாது. ஆனால் கடைசி மூன்று சகோதரர்களுக்கும் குழந்தைகள் பிறந்தவண்ணமே இருந்தன. ஒருவேளை அவர்களுக்கு முறையான வேலை கிடைத்து உற்றார் உறவினரைக் கண்ணாலும் பார்க்க முடியாத இடத்தில் வசித்ததால் இருக்குமோ? இங்கு நிஜாம் சமஸ்தானத்தில் அவர்கள் அனாமதேயர்கள். அவர்களே ஒருவர்க்கு ஒருவர் வருடத்தில் ஒருமுறை இருமுறை பார்க்க முடிகிறது. அந்நியப் பிரதேசம், அந்நிய மொழிச் சூழ்நிலையில் அவர்களைவிடப் பெண்டுகள் இன்னும் திறமையோடும், சுறுசுறுப்பாகவும் செயல்படுகிறார்கள். மன்னி தையல் மிஷின் வாங்கித் தைத்த வண்ணமே இருக்கிறாள். சங்கரன் மனைவி எலுமிச்சை காலத்தில் எலுமிச்சை ஊறுகாய், மாங்காய் காலத்தில் மாவடு, ஆவக்காய் ஊறுகாய் செய்து கொடுத்தனுப்பி விடுகிறாள். ஊரில் கிணற்றில் குளித்துக் கிணற்றுத் தண்ணீரில் சமையல் செய்த அவர்கள் இப்போது குழாயில் வரும் தண்ணீரில் வாழ்க்கை நடத்துகிறார்கள். அங்கே ஊரில் கூடக் குழாய்த் தண்ணீர் வரப்போவதாகப் பேசிக்கொண்டிருக்கிறார்கள். ஆனால் அம்மா, அக்காக்கள் அனுசரிக்கும் ஆசாரத்திற்குக் குழாய்த் தண்ணீர் பொருந்துமா? அண்ணா பலமுறை அம்மாவை அழைத்ததாகச் சொன்னான். அம்மா வராமலிருப்பதும் நல்லதுக்குத்தான் என்று நினைக்க வேண்டும். அம்மாவுக்கு இந்த ஊரில் பொழுது போகாது. மொழியே வேறு. எவ்வளவுதான் மருமகளோடு பேசிக்கொண்டிருப்பது? அம்மா பேசினால் எப்படியோ சண்டை வந்துவிடுகிறது.

பாலு இருந்த இடத்திற்கு இருபது மைல் தள்ளி ஒரு கைகாட்டி மரத்தின் கம்பி ஒழுங்காக வேலை செய்யவில்லை. இரு ஆண்களுடன் பாலு டிராலியில் அந்த இடத்துக்குப் போனான். டிராலிக்குக் கூரை கிடையாது. நான்கு சக்கரங்கள் மீது ஒரு பெஞ்சு. கேங்க்மேன் என அழைக்கப்படுபவர்கள் கைத்தறியில் உள்ளதோர் விசையை மேலும் கீழுமாகத் தள்ள வேண்டும். அப்போது டிராலி முன்னே போகும். இருபது மைலும் மூவரும் வெயிலில் இரண்டு அல்லது மூன்று மணி நேரம் பயணம் செய்ய வேண்டும். இந்த டிராலிக்கும் ரயில் வண்டிகளுக்குள்ளது போலச் ‘சாவி’ உண்டு. எதிரிலோ பின்புறத்திலோ ரயில் வருவதாக இருந்தால் டிராலி ஒரு ரயில் நிலையத்தில் மாற்றுப் பாதையில் நிறுத்தி வைக்கப்படும்.

பாலு கையில் சாப்பாடு கொண்டு வரவில்லை. ஆனால் அவனுடன் வந்த ஆட்கள் கொண்டுவந்திருந்தார்கள். அவர் சரி செய்ய வேண்டிய கைகாட்டி மரத்தை அடைந்தவுடன் ஆட்கள் கீழே எங்கோ போய்த் தண்ணீர் கொண்டு வந்தார்கள். சோளத்தால் செய்யப்பட்ட ரொட்டி. தொட்டுக்கொள்ள பச்சை வெங்காயமும், பச்சை மிளகாயும். அவர்கள் பாலுவுக்கும் ஒரு ரொட்டி கொடுத்தார்கள். ரொட்டியைக் கடிக்க உறுதியான பற்கள் வேண்டியிருந்தது. கைகாட்டி மரத்தைச் சரி செய்துவிட்டு இரு ஆட்களும் ஒரு மரத்தடி நிழலில் படுத்துத் தூங்கினார்கள். டிராலியை இருப்புப் பாதையிலிருந்து இறக்கி வைத்துவிட்டார்கள்.

பாலுவும் ஒரு மரத்தடியில் படுத்துக்கொண்டான். அந்த ஆட்கள் தூங்குவது போல அவனால் தூங்க முடியவில்லை. களைப்பாக இருந்தது. ஆனால் கண்களை மூடிப் படுப்பதற்கு மேல் ஏதும் செய்ய முடியவில்லை.

அவர்கள் அவனிடத்திலிருந்து சற்றுத் தள்ளித்தான் படுத்திருந்தாலும் அந்த வெட்டவெளியில் அவர்கள் விடும் குறட்டையைக் கேட்க முடிந்தது. இவர்கள் கனவு காண்பார்களா? இவர்கள் கனவில் என்ன வரும்? குடிசைகள், கட்டாந்தரை, பாறை. சிறிது தண்ணீர் கிடைக்கும் இடத்தில் கிழங்கு புதைத்திருப்பார்கள். பாலு இருந்த ஊர் சிறிது பெரிதுதான் என்றாலும் இவர்கள் வேறெங்கோ கிராமங்களிலிருந்து வருபவர்கள். அங்கே சொந்தக் குடிசை, சொந்தக்காரர்கள். ஊருக்கு வந்தால் ஒரு திண்ணை போன்ற இடத்திற்குக் கூட வாடகை தரவேண்டும். தண்ணீர் ரயில் நிலையத்தில் கிடைத்துவிடும். வேறு சில பொருள்கள் கூட ரயில் நிலையத்திலேயே இனாமாகக் கிடைத்துவிடும். ஆனால் சொந்தக் குடிசையையும் சொந்தக்காரர்களையும் அவர்கள் விட்டு வர மாட்டார்கள்.

பாலு இப்படி டிராலியில் பலமுறை சென்றிருக்கிறான். பெரிய அளவில், பழுது பார்க்க வேண்டுமென்றால் அவனுடைய மேலதிகாரியான ஒரு பொறியாளர் வந்துவிடுவார். அந்தப் பக்கத்துப் பொறியாளர்களுக்கு இப்படி டிராலியில் போவது மிகுந்த உற்சாகத்தைக் கொடுக்கும். அந்தப் பணியாட்கள் எங்கிருந்தோ ஒரு மொந்தைக் கள் கொண்டுவந்துவிடுவார்கள். பழுது பார்க்க வேண்டியதை முடித்துவிட்டு அந்தப் பொறியாளர் கள்ளைக் குடித்துவிட்டு அந்த ஆட்கள் படுக்கும் மரத்தடியிலேயே படுத்து விடுவார். இரண்டுமணி நேரமாவது தூங்கிவிட்டுப் புறப்படுவார்கள். ரயில்கள் மிகவும் குறைவு. அப்படியிருந்தும் ரயில் கண்ணுக்குப் பட்டுவிட்டால் ஒரு ஆள் சிவப்புக் கொடி காட்டியபடி இருக்க, மீதமுள்ளோர் டிராலியைக் கீழே இறக்குவார்கள். டிராலிகளிலேயே மோட்டார் வைத்த டிராலியும் உண்டு. அதை அவ்வளவு எளிதாக இரண்டு மூன்று ஆட்கள் இறக்கி வைத்துவிட முடியாது. ஆதலால் தாமதம் செய்யாமல் திட்டப்படி திரும்பிவிடுவார்கள்.

பாலுவுக்கும் பணியாட்களுக்கும் உள்ள உறவு பொறியாளர் வந்துவிட்டால் மாறிவிடும். பொறியாளர் பாலுவையும் ஒரு பணியாள் போலத்தான் நடத்துவார். பாலுவுக்கு அவர்கள் பேசும் மொழி தெலுங்கு போல இருந்தாலும் என்ன பேசுகிறார்கள் என்று புரியாது. மேலும் பொறியாளர் கள்ளு குடித்தவுடனேயே வேறு ஒரு மனிதனாக மாறிவிடுவார். ஏப்பம் விடுவார். அந்தச் சிறு டிராலியில் அவர்களுடன் ஊர் திரும்புவது பாலுவுக்கு மிகவும் சங்கடமாக இருக்கும். அந்த நேரத்தில் அந்தப் பொறியாளர் உள்பட அவர்கள் வாழ்க்கையில் என்ன மலர்ச்சி இருக்கும்? அவன் அவர்களுடைய பெண்டுகளைப் பார்த்ததில்லை. அவர்களுக்கென்று ஒரு வாழ்க்கை இருக்கும். அவர்கள் கள்ளு குடித்துவிட்டு ஏப்பம் விடும் ஆண்களோடு சங்கடமில்லாமல் இருந்து விடுவார்கள்.

பெரிய துரை வந்தால் அவர்கள் ஒரு பெரிய பங்களாவில் தங்குவார்கள். வெள்ளைக்காரர்கள் தங்குவதற்கென்று நிஜாம் ரயில்வேயில் அங்கங்கு பங்களாக்கள் ஏற்பாடு செய்திருந்தார்கள். எல்லாம் ஒரே மாதிரி சீமை ஓட்டுப் பங்களாக்கள். எல்லா பங்களாக்களுக்கும் தோட்டம் இருக்கும். முன் வெராந்தாவுக்கு சிமெண்ட் ஜாலி இருக்கும். அதில் படர்வதற்கு என்று ஒரு விசேஷக் கொடியை வளர்ப்பார்கள். அது செம்மண்ணில்தான் வளர்ந்து ஊதாப் பூக்களாக வாரிச் சொரிந்திருக்கும். யார் இருந்தாலும் இல்லாது போனாலும் ஒரு பட்லர் உண்டு. துரை சீமைச் சாராயணம் கையோடு கொண்டுவந்துவிடுவார்.

பொதுவாக, அவர் பயணி ரயிலில் பயணம் செய்து அந்த ஊர் பங்களாவில் தங்குவார். அங்கு வந்து சேர்ந்த அடுத்த நாள் ஒரு பாலத்துக்கோ ஒரு கைகாட்டி விசைக் கூண்டுக்கோ போவார்கள். துரை வந்தால் பாலு இரு நாட்கள் வீட்டுக்குப் போக முடியாது. அவன் உண்ணக்கூடியதான உணவு கிடைக்காது. துரைக்கென்று வாங்கி வைத்திருக்கும் கடை ரொட்டியில் சிறிது கிடைக்கும். அவர்கள் பால் என்று தருவதில் தோய்த்துச் சாப்பிட வேண்டும்.

அவன் இப்படிப்பட்ட சூழ்நிலையில் வேலை பார்த்துத்தான் அம்மாவுக்குப் பணம் அனுப்புகிறான் என்று அவளுக்குத் தெரியுமா? வேண்டாம். அவன் மனைவியிடம் கூடச் சொன்னது கிடையாது. இந்த வயதில் இதெல்லாம் தாங்க முடிகிறது. நாற்பது ஐம்பது வயதானால்? சிரமமாகத்தான் இருக்கும்.

அம்மா கண்ணுக்குத் தெரியவில்லை. ஆதலால் அவளை வெறும் பிடுங்கல்காரியாக நினைக்க முடிகிறது. ஆனால் அங்கே அவளுக்கு என்னென்ன கஷ்டங்களோ? கடைசியாக ஊருக்குப் போனபோது காலில் ஏதோ தைலத்தைத் தடவிக் கொண்டு எழுந்திருக்க முடியாமல் காலை நீட்டி உட்கார்ந்து கொண்டிருந்தாள். ஆனால் பிள்ளைகள் சாப்பிடச் சமையலை முடித்திருந்தாள். அம்மாவின் சமையல்தான் எவ்வளவு ருசியாக இருக்கும்! அவன் மனைவி சம்பு ஒரே ஜில்லா என்றாலும் பழக்கவழக்கங்கள் சற்று வேறு மாதிரி இருக்கும். அவளால் தினம் மிளகாய் வற்றலை வதக்கி அம்மியில் அரைக்காமல் குழம்பு தயாரிக்க முடியாது. ஒரு நாள் இரண்டு நாளைக்கு இந்தக் குழம்பை ரசிக்க முடியும். ஆனால் தினம் முடியாது. குழம்புப் பொடி எப்படித் தயாரிப்பது என்று யாரைக் கேட்பது? மன்னிக்குத் தெரியுமாம். இதற்காகவாவது ஒருமுறை சிகந்தராபாத் சென்று வரவேண்டும். எல்லாம் நூறு மைலுக்குள். அடுத்த விடுமுறையன்று போய்விட்டு வரவேண்டும்.

பாலு இதையும் நினைத்துக்கொண்டான். அவர்கள் குடும்பத்தில் சற்று நாக்கு நீளம் என்று அவனைச் சொல்வார்கள். எல்லாருக்கும் நல்ல சாப்பாடு பிடிக்கும். அவன் ஒருவன்தான் வெளிப்படையாகச் சொல்கிறான். யாருக்கு நாக்கு நீளமில்லை? கள்ளைக் குடித்து மரத்தடியில் தூங்கும் பொறியாளருக்கும் பணியாட்களுக்கும் நாக்கு கிடையாதா? அவரவர்களுக்குத் தனி ருசி.

பாவம் பணியாட்கள், மாறி மாறி விசையை இயக்கிக் கொண்டிருந்தார்கள். இன்னும் ஒரு நிலையம் தாண்ட வேண்டும். அந்த நிலையத்தில் ஏதாவது பயணி வண்டிகளுக்கு வழி

விடுவதற்காக அவனுடைய 'டிராலியை' நிறுத்திவிடக்கூடாது. அரைமணி நேரத்தில் வீடு அடைந்துவிடலாம். அப்போது சம்புவின் அரைத்து விட்ட குழம்புகூட ருசியாக இருக்கும்.

பாலுவைப் பொறியாளர், "நெருப்புப் பெட்டி இருக்கா?" என்று கேட்டார்.

"இல்லை" என்று பாலு சொன்னான். "ஆனால் வெற்றிலை, புகையிலை இருக்கிறது."

"சரி, கொடு."

பாலு அவனுடைய இடுப்பில் செருகி வைத்திருந்த பொட்டலத்தை எடுத்துக் கொடுத்தான். ஒரு தாளில் ஐந்தாறு வெற்றிலை, கொட்டைப் பாக்குத் துகள்கள், பச்சைப் புகையிலையைப் பொட்டலம் கட்டி வைத்திருந்தான். பொதுவாக வேலை நேரத்தில் அவன் வெற்றிலை போட்டுக் கொள்வதில்லை. அவன் இலாகா இயங்கிய இடம் பழைய கட்டடம் என்றாலும் அந்தப் பணியாளர்கள் மிகுந்த அக்கறையோடு சுற்றிலும் ஓர் அழகிய தோட்டம் வளர்த்திருந்தார்கள். அங்கே எச்சில் துப்பி அந்தச் சூழ்நிலையைக் கெடுக்க அவனுக்கு மனதில்லை. அவன் புகையிலை வைத்திருப்பதே யாராவது கேட்டால் தருவதற்குத்தான். அந்த மூன்று சகோதரர்களுக்கும் இத்தகைய பழக்கம் கிடையாது.

பாலு ஏழெட்டு மணி நேரம் நல்ல வெயிலில் காய்ந்து வீடு திரும்பியபோது அவனுடைய மனைவி, "உங்க ஆபீஸ்லேந்து ஒரு அர்ஜண்ட் லெட்டர் வந்திருக்கு." என்றாள். பாலுவுக்கு அவனுடைய சோர்வெல்லாம் போய் ஒரு பயம் வந்துவிட்டது. அந்த வேலையில் புகாரில் மாட்டிக்கொள்ளாத ஆளே கிடையாது. என்று இந்த ஐந்தாறு வருடங்களில் அவன் தெரிந்திருந்தான். மேலதிகாரி எவனும் அவனிடம் குறை, குற்றம் கண்டிருந்தால் அவர் எழுத்து மூலம் புகாரைத் தெரிவித்திருந்தால் அதில் உண்மையில்லை என்றால் கூட அந்தப் புகாருக்கு எழுத்து மூலம்தான் பதில் தரவேண்டும். எழுதுவதுதான் மிகவும் கடினமான காரியம். வாயால் சொல்லலாம், அது உண்மையில்லை என்றுகூட நம்ப வைத்துவிடலாம். ஆனால் எழுத்து மூலம் அதைச் செய்ய வேண்டும். யார் எழுதக் கற்றுக் கொடுத்தார்கள்? ராமேசன் நன்கு எழுதுவான். அவன் எழுதியும் தருவான். ஆனால் அது மன்னிக்குத் தெரியாமல் செய்ய முடியாது. அவளுக்கு வருடா வருடம் சிரார்த்தத்துக்கு முதல் நாளே சென்று அவள் எழுதித் தரும் பட்டியல்படி காய்கறி மளிகை சாமான் வாங்கி வந்து விடுவான். சங்கரன், ஊறுகாய் ஊறுகாயாகத்தான் தந்துவிடுவான். என்ன செய்தும் மன்னிக்கு அவர்கள் மூவரும் அவளையே

நம்பி இருந்தபோது சாதம் வடித்து வடித்துக் கொட்டினேனே என்று கூறிக்கொண்டிருப்பாள். பாலுவுக்கு அந்த நாட்கள் மகிழ்ச்சியும் தந்தன. சங்கடமாயும் இருந்தன. ராமேசன்தான் அந்தக் குடிசையை அமர்த்தியிருந்தான். மன்னிக்கும் என்ன தெரியும்? பாவம், இருபது வயது கூட முடியாத பெண், ஒரு கைக்குழந்தை, இன்னும் நான்கைந்து மாதங்களில் இன்னொரு பிரசவத்துக்காக அவளுடைய பிறந்த ஊர் செல்ல வேண்டும். மொழி தெரியாத ஊர் சரியாக மளிகை சாமான், பாத்திரம் இருக்காது. விறகு ஏகமாகப் புகையும். அவர்கள் நான்கு பேருக்கும் குழந்தைக்குமாக இருமுறை சாதம் வடிக்க வேண்டும் வைக்கச் சரியான இடமில்லாததால் இரு நாளைக்கு ஒருமுறை அரிசி வாங்கி வரவேண்டும். அந்த வெளிவேலையெல்லாம் ராமேசன்தான் பார்க்க வேண்டும். இரு தம்பிகள் உதவ வேண்டும் என்று நினைத்தாலும் எப்படி என்று தெரியாது. ராமேசனுக்குப் பயம். அவர்களை எதையாவது வாங்கச் சொல்லி அனுப்பித்து விட்டால் அவர்களுக்கு வழி சரியாகத் தெரிய வேண்டுமே? எதற்கும் மொழி தெரிய வேண்டுமே? ஆனால் மன்னி நாள் முழுதும் உழைத்துக்கொண்டு இருப்பாள். ராமேசன் அரிசி வாங்கி வந்தால் அதை அரை இருட்டில் கல், உமி நீக்க வேண்டும். அவர்கள் ஊரில் நெல்லைக் குத்திப் புடைத்துவிட்டால் உடனே சமைக்கப் பயன்படுத்திக் கொள்ளலாம். அவள் பிரசவத்துக்கு ஊர் போகும் வரை அவள் சமைத்துப் போட்டுக் கொண்டிருந்தாள். அவளைக் கொண்டுபோய் விட ராமேசன் போனபோது இரு சகோதரர்களும் ஒரு தெலுங்குக்காரர் வீட்டில் சாப்பிட்டு வர ஏற்பாடு செய்திருந்தது. ராமேசன் ஊர் திரும்பியவுடன் மூன்று பேருக்கும் உத்தியோக நியமனக் கடிதம் கொடுக்கப்பட்டு விட்டது. உண்மையில் அதன் பிறகுதான் இரு சகோதரர்களும் வேறு வேறு ஊர்களில் திண்டாடிப் போனார்கள். இப்போது அவர்களே குடித்தனம் வைத்து ராமேசன் ஒரு விடுமுறை நாளிலாவது அவர்கள் வீட்டில் வந்து தங்க மாட்டானா என்று ஏங்குகிறார்கள். அது மன்னிக்குத் தெரியாது. இன்னும் வடித்து வடித்துக் கொட்டினேனே என்று சொல்லியபடி இருக்கிறாள்.

பாலு மனைவி கொடுத்த கடிதத்தைப் பிரித்துப் பார்த்தான். பொதுவாக இக்கடிதங்கள் அவன் அலுவலகத்தில்தான் ஒரு நோட்டீஸ் போர்டில் பொருத்தி வைப்பார்கள். இது அவன் வீட்டில் கொண்டுவந்து கொடுக்கப்பட்டிருக்கிறது. ஒருவேளை அலுவலகத்தில் இருக்கும் ஒரு பணியாளே இதை அவன் வீட்டில் கொண்டுவந்து கொடுத்திருக்கக் கூடும்.

கடிதம் முதலில் புரியவில்லை. ஏதோ 'ஹெட்குவார்டர்ஸ்' என்றிருந்தது. ஒவ்வொரு எழுத்தாகப் படித்தான். அவன் வேலைக்குச் சேர்ந்து ஆறே ஆண்டுகளில் அவனுக்கு ஒரு சிறு

பணி உயர்வு கொடுக்கப்பட்டு அவனை ராமேசன் இருந்த சிகந்தராபாத்துக்கே பணிமாற்றம் செய்யப்பட்டிருந்தது.

பாலு ரயில் நிலையத்துக்கு ஓடினான். அது சற்றுப் பெரிய நிலையமாதலால் ரயில்வே தொலைபேசி, தந்தி எல்லாம் இருந்தது. ஸ்டேஷன் மாஸ்டரிடம், "சார், எனக்கு உடனே ஒரு தகவலை என் அண்ணா ராமேசனிடம் தெரிவிக்க வேண்டும்", என்றான்.

"வீட்டிலே ஏதாவது உடம்பு சரியில்லையா?" என்று அவர் தெலுங்கில் கேட்டார்.

பாலுவுக்கு அவரிடம் தமிழ் பேசியது இப்போதுதான் உறைத்தது. "நல்ல விஷயம், சார்".

"நீ இன்னொரு கல்யாணம் பண்ணிக்கொள்ளப் போகிறாயா?"

"இல்லை, சார். என்னை ஹெட்குவார்ட்டர்ஸ் வரச் சொல்லியிருக்காங்க."

"நீ ஒரு தரம் போனாயே?"

"இது பணி மாற்றம், சார்".

"அடி சக்கை!" என்றார் அவர். "சரி, யார் ராமேசன் சாரிடம் சொல்வார்கள்?"

"அவர் வீட்டுப் பக்கத்தில்தான் கண்ட்ரோல் ஆபீஸ் இருக்கிறது. அங்கு அவர் தம்பிக்கு ஹெட்குவார்ட்டர்ஸ் மாற்றியிருக்கிறது என்று சொன்னால் போதும்."

சம்சாரிகள்

பதின்மூன்று வயதாகும்போது ராமேசனின் மூத்த மகன் ஸ்ரீவத்சன் ஒரு வாரம் பெரிய ஆஸ்பத்திரியில் கிடந்து காலமானான். அவனுக்கு எப்போது வயிற்று வலி வந்தது, எந்த நேரங்களில் வந்தது என்று தெரியாது. கடைசியில் குடல்வால் என்று அறியப்பட்டு அறுவைச் சிகிச்சை நடந்தபோதுதான் குடல்வாலில் கொப்புளம் தோன்றி அது வெடித்துவிட்டது என்றார்கள். அவன் வயிற்றுக்கு ஒரு சொட்டுத் தண்ணீர் கொடுக்காமல் அவன் செத்துப்போனான். அந்தச் சாவுக்குப் பிறகு ராமேசனைக் கண்டாலே அவனுடைய மனைவி லட்சுமிக்குப் பிடிக்காமல் போய்விட்டது. வாரிக் கொடுத்தேனே

என்று ராமேசன்தான் கதறி அழவேண்டும். அவனுடைய பிள்ளைக்குக் கொள்ளி போடும் போது அவனுக்குத் தலையைச் சுற்றியது. முறையாக மூன்று சகோதரர்களும் சேர்ந்து பிதிர்க் காரியங்களைச் செய்தும் அவனுடைய மூத்த பிள்ளையை அவனுடைய பிதிர்கள் பறித்துவிட்டார்கள். ஸ்ரீவத்சனுக்கு அவனுடைய தாத்தா எப்படி இருப்பார் என்று தெரியாது. அவன் குழந்தையாக இருக்கும்போதே அவனுடைய அம்மாவின் அப்பாவும் போய்விட்டார். அது ஒரு காரணம், ராமேசன் முதல் இரு குழந்தைகளுக்குப் பிறகு அடுத்த பிரசவத்துக்கு மனைவியை ஊருக்குக் கொண்டுபோய் விடவில்லை. தாத்தா பாட்டி எல்லாம் அவனுடைய பாடப் புத்தகத்தோடு முடிந்துவிட்டது. இப்போது அவனே அவர்களைப் பார்க்க போய்விட்டிருக்கிறான்.

லட்சுமி புலம்பிக்கொண்டே இருந்தாள். சரியாக கவனிக்காததால்தான் ஸ்ரீவத்சன் செத்துவிட்டான் என்று திரும்பத் திரும்பக் கதறிக் கொண்டிருந்தாள். ராமேசனுக்குப் புத்திர சோகமில்லையா? அவன் தனியாக இருக்கும்போது விம்மி விம்மி அழுதான். இன்னும் இரு சிறு குழந்தைகள் வீட்டில் இருந்தன. அவர்கள் முன் லட்சுமி அழுவது பெரிய பாதிப்பு ஏற்படுத்தாது இருக்கலாம். ஆனால் அவன் அழுதால் குழந்தைகள் அதிர்ந்து விடும். அவர்களுக்கு அண்ணன் இழப்பு உறைக்கவில்லை. ராமேசனுக்கு வீட்டில் எங்கு திரும்பினாலும் ஸ்ரீவத்சன் நினைவு வந்தது. ஸ்ரீவத்சனுக்குக் கையெழுத்து பதின்மூன்று வயதிலேயே பெரியவர்களுடையது போல இருக்கும். ஆங்கிலம் தமிழ் இரு மொழிகளிலும் முதலிலிருந்தே எழுத்து மிகவும் தெளிவாகவும் திருத்தமாகவும் இருக்கும். ராமேசனுக்கும் வைத்தியர் பற்றிக் குறை இருந்தது. ஆனால் நோயாளி கூறும் தகவலை வைத்துத்தான் அந்த நாளில் வைத்தியம் செய்யப்பட்டது. அந்த ஊருக்கு ஒரே ஒரு எக்ஸ்ரே மிஷின். பெரிய பொது ஆஸ்பத்திரி, ரயில்வே பெரிய ஆஸ்பத்திரி இவை இரண்டில்தான் ரத்தப் பரிசோதனை. அறுவை சிகிச்சை ஒரு நாளைக்கு ஒன்றே ஒன்றுதான் நடத்துவார்கள்.

ராமேசனுக்குப் பதின்மூன்று வயது வளர்ந்த மகன்தான் இறந்தான். ஆனால் அவனுடைய இரு அண்ணன்மார்களும் குடும்பத்தைத் தாங்கி நடத்த வேண்டிய வயதில் போய் விட்டார்கள். அம்மாவுக்கு எவ்வளவு துக்கம் இருக்கும்! வெளியே பார்ப்பதற்கு அரக்கி போல நடந்துகொண்டாலும் உண்மையில் அவளுக்குப் பல விதங்களில் இழப்பு. இதை ஒரு மருமகளும் புரிந்த கொண்டதாகத் தெரியவில்லை. பெரியண்ணாவின் மனைவி அவள் பிறந்த வீடு, மாமியார் வீடு என்று மாறி மாறி இருந்தாள். நன்கு வளர்த்த மகனிருந்தாலும் அவன் அவளோடு அன்பாகப் பேசமாட்டான். சாப்பிடும்

இலையையும் தட்டையும் வீசி எறிவான். இங்கே ஸ்ரீவத்சனுக்கு நல்ல பழக்கவழக்கங்கள் என்று யாரும் சொல்லித் தரவில்லை. அவனாகவே கெட்டிக்காரனாகவும் இருந்துகொண்டு வீட்டுக்கும் அனுசரணையாக இருந்தான். அவனுடைய தங்கைகளுக்குத்தான் ஒரு கிழவர் வந்து பாட்டு சொல்லிக்கொடுத்தார். ஆனால் அவர்கள் கற்றுக்கொண்டதை விட அவன்தான் திருத்தமாகப் பாடினான். தன்னைப் பெரிய அதிர்ஷ்டக்காரனாக ராமேசன் நினைத்துக் கொண்டதாலோ?

ஸ்ரீவத்சன் பெயரில் தபாலாபீசில் ஒரு சேமிப்புக் கணக்கு ஆரம்பித்திருந்தது. சிகந்தராபாத்தில் அன்று ஒரே தபாலாபீசில்தான் தொடங்க முடியும். அதைத் திரும்பப் பெற ராமேசன் போனபோது தபாலாபீஸ்காரர் காரணம் கேட்டார். "என் மகன் செத்துவிட்டான்" என்று ராமேசன் சொல்லிவிட்டு விம்மி விம்மி அழத் தொடங்கினான். தபாலாபீஸ்காரர் படிவத்தை அவரே பூர்த்தி செய்து பணத்தைக் கொடுத்தார்.

ராமேசன் அந்த ஊரில் அன்று இயங்கிய ஒரே போட்டோ கடைக்குச் சென்றான். "நீங்கள் எங்கள் குடும்ப போட்டோ போன வருடம் எடுத்தீர்கள். அதில் ஒருவரை மட்டும் தனியாகப் பெரிதுபடுத்த வேண்டும்" என்றான்.

"எப்போது எடுத்தீங்க?"

"ஜூன் ஜூலையில் இருக்கும்."

"உங்க பெயரென்ன?"

ராமேசன் சொன்னான். கடைக்காரர் ஒரு பெரிய கணக்குப் புத்தகத்தை எடுத்தார். இரண்டாவது பக்கத்தில் ஒரு வரிசையைச் சுட்டிக் காட்டி, "இதுதானா?" என்று கேட்டார்.

ராமேசன் பார்த்தான். "ஆமாம்" என்றான்.

"இதில் மாஸ்க் செய்து பார்க்கிறேன். எதற்கும் பெரிய படத்துக்கும் ஒரு பிரிண்ட் போட்டுக்கொள்வது நல்லது."

"வேண்டாம். அந்தப் பையன் மட்டும் போதும்."

ராமேசன் கடைக்கு வெளியே வந்து அழுதான். அவனுடைய நெஞ்சு வெடித்துவிடும் போலிருந்தது.

அவனுக்கு ஆறுதல் அவனுடைய அலுவலகத்தில்தான் கிடைத்தது. அவன் துரை சொன்னதைச் சுருக்கெழுத்தில் எடுத்துக்கொண்டு அதைத் தட்டச்சு செய்து துரையிடம் கொடுத்தபோது, "வெரிகுட்", என்று துரை சொன்னார். "உனக்கு சம்பள உயர்வு தரவேண்டும்."

ராமேசன் துரை கடிதத்தில் கையெழுத்திட்டுத் தருவதற்காகக் காத்திருந்தான். அவர் கையெழுத்திட்டு மீண்டும், "வெரிகுட்", என்றார். "நீ எப்படி இருக்கிறாய்?" என்று கேட்டார்.

"என்ன கேட்டீர்கள், சார்?"

"நீ எப்படி இருக்கிறாய்? சந்தோஷமாக இருக்கிறாயா?"

ராமேசனுக்கு முதலில் கேள்வி புரியவில்லை. துரை அவனிடம் அவனுடைய தனிப்பட்ட விஷயங்கள் பற்றிப் பேசியது கிடையாது.

"இருக்கிறேன்", என்றான். உடனே விம்மி விம்மி அழ ஆரம்பித்தான்.

"அமைதியாக இரு. அமைதியாக இரு."

ராமேசன் அழுகையை அடக்கிக் கொண்டான்.

"என்ன ஆயிற்று?"

"என் பிள்ளை செத்துப் போய்விட்டான்."

"எப்போது?"

"போன வெள்ளிக்கிழமை"

துரையின் முகம் பெரும் துக்கத்தைக் காட்டியது. "ஐ ஆம் சாரி, வெரி சாரி."

"நான் போகலாமா?"

"உட்கார். இந்தக் கடிதத்தை நாளைக்குக் கூட டெஸ்பாட்ச் செய்யலாம். பையனுக்கு என்ன வயது?"

"பதின்மூன்று வயது, சார்."

"படித்துக் கொண்டிருந்தானா?"

"ஆமாம், சார், பத்தாவது."

"பத்தாவதா? பதின்மூன்று வயதில்?"

"ஆமாம், சார். அவனுக்கு இரண்டு தடவை டபிள் பிரமோஷன் கொடுத்தார்கள்.

"உன் மனைவிக்கு மிகவும் கஷ்டமாக இருக்கும்."

"என்னால்தான் அவன் செத்தான் என்று அவள் நினைக்கிறாள்."

"நீ என்ன செய்தாய்?"

"ஆஸ்பத்திரியில் சேர்த்தேன். அவ்வளவுதான்."

"ரயில்வே ஆஸ்பத்திரியா?"

"இல்லை, சார். பொது ஆஸ்பத்திரி."

"இங்கேயே போயிருக்கலாமே?"

"இது கொஞ்சம் தூரம். மேலும் அங்கு ஒரு டாக்டர் தெரிந்தவர்."

"ஐ ஆம் வெரி வெரி சாரி, ராமேசன். நீ என்னிடம் சொல்லியிருக்க வேண்டும்."

ராமேசன் பேசாமல் இருந்தான்.

"நீ எங்கே இருக்கிறாய்?"

"செகண்ட் பஜார்."

"ஆபீஸ் டிரைவருக்கு உன் வீடு தெரியுமா?"

"யார் டிரைவர்? எனக்குத் தெரிய வாய்ப்பில்லை."

"சரி, நான் ஹெட் கிளார்க்கைக் கேட்கிறேன். இன்று உன் மனைவியைப் பார்க்க வருகிறேன்."

ராமேசன் கலவரம் அடைந்துவிட்டான். துரை வந்தால் உட்காரச் சொல்லக்கூட ஒரு நாற்காலி கிடையாது. லட்சுமியால் என்ன பேச முடியும்?

"சார், சார். . ." என்று ஆரம்பித்தான்.

"என் நண்பனே, இங்கிலாந்தில் என் குழந்தை போய் விட்டது. நான் என் மனைவிக்கு ஆறுதல் சொல்லப் போக முடியவில்லை. உன் மனைவிக்கு ஆறுதல் சொல்லலாமல்லவா? என்னைத் தடுக்காதே."

இதைச் சொல்லிவிட்டுத் துரை முகத்தைக் கையால் மூடிக்கொண்டான். அவன் உடல் லேசாகக் குலுங்கியது. ராமேசன் அவனையுமறியாமல் துரையின் தோளைத் தொட்டான். துரை திடுக்கிட்டுப் பார்த்தான். எழுந்து ராமேசனைக் கட்டிக்கொண்டு அழ ஆரம்பித்தான்.

○

மூன்று சகோதரர்களும் பதினாறு பதினேழு வருடங்கள் உத்தியோகத்தில் இருந்து பழம் பெருச்சாளிகளாகி விட்டார்கள். ராமேசனுக்கு ரயில்வேயே வீடு கொடுத்தது. அவனுடன் வேலை பார்க்கிறவர்கள், அவனுடைய சகோதரர்கள் கூட "இவ்வளவு

பெரிய வீடா?" என்று ஆச்சரியப்பட்டார்கள். பொறாமைகூட இருக்கலாம். அம்மாவும் செத்துப் போய்விட்டாள். மூன்று சகோதரர்களும் குடும்பத்துடன் ஊருக்குப் போனார்கள். அம்மா கடைசி நாட்களில் மிகவும் சிரமப்பட்டிருக்கிறாள். கண் சரியாகத் தெரியவில்லை. கீழே உட்கார முடியவில்லை. ஆதலால் குடிக்க வெந்நீர் கூடப் போட்டுக்கொள்ள முடியவில்லை. அக்கம் பக்கத்துக்காரர்கள் உதவியிருக்கிறார்கள். உதவிக்குப் பிரதி போல அவர்களாக வீட்டிலுள்ள பொருள்களை எடுத்துப் போயிருக்கிறார்கள். ராமசுப்புவுக்குச் சொல்லி அனுப்பித்தது. அவன் மனைவி குழந்தைகளை அழைத்து வரவில்லை. வைத்துவை மட்டும் அழைத்து வந்தான். மாலையானால் அவர்கள் இருவரும் பாட்டி வீட்டிலேயே குடிக்கத் தொடங்கினார்கள். இரு நாட்கள் கூத்தடித்துவிட்டுப் போய்விட்டார்கள். சீதாவுக்கிருந்த மனதிடம் அம்மாவுக்கு இல்லை. அவள் உயிர் போவேனா போவேனா என்று போயிருக்கிறது. கொள்ளிபோட வைத்துவுக்குத்தான் அதிகாரம் என்றார்கள்.

ராமேசன் அம்மா வீட்டுக்குத் தன் சகோதரர்களுடன் போயிருந்த போது வீட்டிலிருந்த அவ்வளவு பெட்டிகளும் திறக்கப்பட்டிருந்தன. அந்த வீட்டில் காமிரா அறை என்றிருந்தது அதில் ராமேசனின் தாத்தா ஓர் இரும்புப் பெட்டியைச் சுவரில் பதித்திருந்தார். இரும்புப் பெட்டியைத் திறக்க யாரோ படாதபாடு பட்டிருக்கிறார்கள். அந்த மூன்று நாட்களில் அம்முயற்சி வெற்றி பெறவில்லை. ராமேசன் அங்கு வந்து சேர்ந்தபிறகு என்ன செய்வது?

ராமேசன் பதின்மூன்று நாட்கள் சாவுக்காரியங்களுக்கு ஏற்பாடு செய்தான். மூன்று ஓரகத்திகள் இருந்ததால் சமையல் பிரச்னையாக இல்லை. ஆனால் சரியாகப் பாத்திரங்கள் இல்லை. அவற்றையும் வைத்துவும், ராமசுப்புவும் கடைத்தெருவில் கொண்டு போய் விற்றுவிட்டார்கள்.

வைத்து அவன் ஊருக்குப் போய்விட்டான். ராமசுப்பு மனைவி குழந்தைகளை அழைத்துவந்தான். ராமேசன் அம்மாவின் காரியங்களை ஒரு குறையுமில்லாமல் செய்தான். அது நல்ல மழை பெய்து சுபிட்சமாக இருந்த மாதம்.

பதின்மூன்று நாட்கள் முடிந்துவிட்டன. அடுத்த நாள் ரயிலேறினால் சகோதரர்கள் லீவு முடியும். காலத்தில் வேலைக்குப் போய்விட முடியும்.

கிராமத்திலிருந்து ராமசுப்புவின் அக்காவும் அவள் கணவருமாக வந்திருந்தார்கள். அக்கா தீர்மானமாகச் சொன்னாள்; வீட்டைப் பூட்டிவிட்டுப் போகக்கூடாது; பழைய வீடு; ஒரு மாதம்

இரு மாதங்களுக்குள் வீடு நிறையப் பூச்சி, பூட்டு, கரையான் வந்துவிடும். யாருக்காவது பணம் கொடுத்தாவது வீட்டில் ஒரு குடும்பம் இருக்கும்படி ஏற்பாடு செய்ய வேண்டும். அவள் இரண்டு மாதம், மூன்று மாதங்களுக்கு ஒருமுறை தன் கணவனை அனுப்பி வீட்டில் உள்ளவர்கள் எப்படி வீட்டை வைத்துக் கொண்டிருக்கிறார்கள் என்று பார்த்து வரச் சொல்லுவாள்.

பதின்மூன்றாம் நாள்தான் ராமேசனுடைய இளைய அக்கா அங்கு வரமுடிந்தது. அவள் கணவன் இறந்துவிட்டார். ஆனால் அவர் விட்டுச் சென்ற வீடு அவளைத் தூங்க விடுவதில்லை. அற்ப வாடகைக்குக் குடித்தனக்காரர்கள் முதலில் வந்துவிடுவார்கள். அப்புறம் வாடகை தராமல் இழுத்தடிப்பதோடு வீட்டுக்காரியையும் படாதபாடு படுத்துவார்கள். ராமேசனுக்கு மிகவும் வேதனையாக இருந்தது. அவனைக் காப்பாற்றிக்கொள்ள என்று கண் காணாத இடத்திற்குப் போய்விட்டான். ஆனால் சகோதரிகள் என்ன செய்வார்கள்? பணமிருந்தாலும் சரி, இல்லாது போனாலும் சரி, அவர்கள் பிறந்த வீடு அல்லது புகுந்த வீட்டில்தான் தஞ்சம் புக வேண்டியிருக்கிறது. அவள்வரையில் கணவன் விட்டுச் சென்ற ஓட்டை வீட்டைப் பராமரிக்க வேண்டியிருக்கிறது. அதனால் ஏற்படும் துன்பங்களையும் இழிவையும் தாங்கிக் கொண்டு நாளை ஓட்ட வேண்டியிருக்கிறது. அவளால், அந்த வீட்டால், சாவுக்கும் வர முடியவில்லை, பத்தாவது நாளும் வர முடியவில்லை. ஆனால் அந்த நிலையில் அவள்தான் ராமேசனைப் பார்த்து, "ஏண்டா, உன் பொண்ணுக்குப் பதிமூணு வயசிருக்குமோல்லியோ?" என்று கேட்டாள்.

"ஆமாம்."

"அவ கல்யாணத்தைப் பத்தி யோசிக்க வேண்டாமா?"

ராமேசன் திகைத்து நின்றான். அவன் அப்பா கவலைப்பட்டது இப்போது அவனுக்கும் ஏற்படப் போகிறது. அவனுக்கும் மூன்று பெண்கள். பெரியவளுக்குத்தான் பதின்மூன்று வயது.

அப்போது பேச்சு அதற்கு மேல் வளரவில்லை. அன்று மாலை ராமேசன் அவனுடைய அப்பாவுடன் பணிபுரிந்த ஒருவரின் வீட்டிற்குச் சென்றான். அவர் துக்கம் விசாரிக்க வரவில்லை. அந்தக் குடும்பத்தின் மீது அக்கறையில்லை என்ற காரணமில்லை. ராமேசனின் அம்மா அவர் மனதை அந்த அளவுக்குப் புண்படுத்தியிருந்தாள். அவளுடைய கணவனுக்கு நெருங்கியவர்கள் யாரையும் அவர் மறைவுக்குப் பின் நெருங்கவிடவில்லை. அதனால் இழப்பு அவளுக்குத்தான். ஆனால் அது தெரியவில்லை.

ராமேசன் வீட்டைப் பற்றிச் சொன்னான். "அந்த வீட்டிலே நான் எப்படிடா காலை வைப்பேன்?" என்றார் அப்பாவின் நண்பர்.

"போனது எல்லாம் போகட்டும், மாமா. எங்கப்பா யாரைப் பத்தியும் கெடுதலாக நினைக்கல. அம்மா எங்களையும் கடைசி வரைக்கும் வேதனைப்படத்தான் செய்திருக்கா. ஆனா என்ன செய்யறது? நான் அம்மாவை விட்டுட முடியுமா?"

அவர் ராமேசன் கையைப் பிடித்துக்கொண்டார். ராமேசன் கண்களில் நீர் துளித்தது.

"நீ என்னிக்கு ஊருக்குக் கிளம்பறே?"

"நாளைக்குக் கிளம்பினா நான் அங்கே ஞாயிற்றுக்கிழமை போயிடமுடியும்."

"இரண்டுநாளா ஆறது?"

"ஆமாம், முதல்லே மெட்ராஸ். அங்கே ஸ்டேஷன் மாறி இன்னொரு ரயிலிலே ஏறணும். பெஜவாடாவிலே இறங்கி இன்னொரு ரயிலிலே ஏறணும். வண்டி உடனுக்குடனே கிடைக்கணும். இல்லேன்னா ஸ்டேஷன்லியே காத்திண்டிருக்கணும்."

"உன் தம்பிங்க யாரும் இருக்க மாட்டாங்களா?"

"நாங்க எல்லாரும்தான் சேர்ந்துதான் கிளம்பறோம். அப்பத்தான் சாமானெல்லாம் தூக்கிண்டு போறத்துக்கும் ரயிலிலே ஏத்தறத்துக்கும் சௌகரியமாயிருக்கும். சாப்பாடு எடுத்துண்டு போகணும், படுக்கை எடுத்துண்டு போகணும். நாங்க எல்லாரும் சேர்த்து பதினைஞ்சு பதினாறு பேரிருப்போம். குழந்தைகளைப் பாத்துக்கறதுக்கு நிறைய மனுஷா இருக்கறது நல்லது."

"சரி, நான் யோசிக்கறேன். போறப்போ சொல்லிண்டு போ. வீட்டுச் சாவி யார்கிட்டே இருக்கும்?"

"என் சித்தப்பா பிள்ளை வைத்துன்னு ஒருத்தன் இருக்கான். அவனும் கொஞ்சநாள் உங்க ஸ்கூல்லேதான் வாசிச்சானாம். அவன்கிட்டே கொடுத்துட்டுப் போன்னு சொல்லறான்."

"வேண்டாம். எனக்கு அவனைத் தெரியும். வேண்டாம்." அவர் மேலும் கூறினார். "உனக்குத் தெரியுமோ என்னவோ, உன் அண்ணா பிள்ளை ராமசுப்புவோடு குழந்தை ஒண்ணு கிணத்திலே கிடந்தது. அதுக்கெல்லாம் காரணமே இந்த வைத்துதான்னு ஊரெல்லாம் பேச்சு.

யுத்தங்களுக்கிடையில் . . . 99

“அதெல்லாம் வேண்டாம், மாமா”

“நீ சாவியை எங்கிட்டே கொடுத்துட்டுப் போ. உங்கம்மாவுக்கு பண்டாபீஸ்லே ஒரு கணக்கோ இரண்டோ இருந்ததே, அதைக் கேட்டு வாங்கிண்டேளா?”

“எனக்குத் தெரியாது. ஆனா ஒண்ணும் இருக்காது. அம்மா நாங்க அனுப்பற பத்து இருபதை வைச்சுண்டுதான் காலம் தள்ளியிருக்கா. சரியா வைத்தியம் கூட பாத்துக்கலே.”

அன்று இரவு எல்லாரும் அயர்ந்து தூங்கினார்கள். சாவுக் காரியங்கள் இறுக்கம் முடிந்தது. விடிந்தவுடனேயே தோய்க்க வேண்டிய துணிமணிகளைத் தோய்த்து உலரப் போட்டது. ஓர் இலுப்பச் சட்டி முழுதும் புளிக்காய்ச்சல் காய்ச்சி ஒரு தூக்கில் எடுத்து விட்டுக் கொண்டது. உண்மையில் வீட்டைத் துடைத்து வைத்திருந்தது. சிறு சிறு பெஞ்சு நாற்காலி முதலியன கூட வைத்து செலவுக்கும் ராமசுப்பு செலவுக்கும் மரக்கடைக்குப் போய்விட்டன.

அன்றிரவு ஆறு பெரிய டிக்கெட்டுகள் எட்டு அரை டிக்கெட்டுகள் சென்னை ரயிலில் ஏறின.

○

மஞ்சள் குங்குமம் தடவிய தபாலட்டை

ராமேசனின் நண்பர்கள் வட்டம் சிகந்தராபாத்தில் பாதி ஜனத்தொகையைக் கொண்டிருக்குமோ என்று சந்தேகப்படும்படி நான்கடிக்கு ஒருவர் எட்ல உன்னாரு, சலாம் பாபு, என்ன துரை கேட்டபடி இருப்பார்கள். அதே போல பாலுவுக்கும் சங்கரனுக்கும் அவரவர்கள் பிரிவுகளில் பெரிய செல்வாக்கு இருந்தது. ஆனால் ஒருவரும் பத்தாவதுக்கு மேல் படித்தவர்களில்லை. ஆதலால், பதவி உயர்வு ஓரிடத்தில் தேங்கிவிட்டது. நிஜாம் ரயில் வரை சௌகரியமாக இரண்டாவது வகுப்பில் செல்லலாம். ஆனால் வேறு ரயில்களில் மூன்றாம் வகுப்பு. அன்று ரயில்கள் குறைவு. ஒரு வண்டித்தொடரில் பெட்டிகளும் குறைவு. முதல் வகுப்பு, இரண்டாம் வகுப்பு அநேகமாகக் காலியாகப் போக மூன்றாம் வகுப்புப் பெட்டிகளில் கூட்டம் இருக்கும். அனைவரும் ஒழுங்காக உட்கார்ந்து பயணம் செய்தால் சௌகரியமாகச் செல்லலாம். ஆனால் ஒருவர் படுத்துவிடுவார். இன்னொருவர் பெஞ்சி மீது ஒரு மூட்டை வைத்து அதை எடுக்க மறுத்துவிடுவார். அதே போலப் பெட்டி படுக்கைகளை ஒழுங்காகப் பெஞ்சு அடியில் தள்ளி

வைத்தால் அனைவரும் தாண்டாமல் குதிக்காமல் இருக்கலாம். தரையெல்லாம் குப்பை, சோற்றுப் பருக்கை, எலும்புத் துண்டு சிதறிக் கிடக்கும். வழியில் தண்ணீர் எளிதில் கிடைக்காது. உண்ண உணவு கிடைக்காது. இதெல்லாம் மனதில் கொண்டுதான் ராமேசன் வருடத்திற்கு ஒருமுறை மட்டும் அந்த இலவசப் பயணச் சீட்டைப் பயன்படுத்திக் கொள்வான். அவனுடைய ஊருடன் தொடர்பு அநேகமாக விட்டுப் போய்விட்டது. சீதா இருந்தவரை ஒரு இணைப்பு. அவளும் போய்விட்டாள். அவள் எப்படி இறந்தாள் என்றுகூடக் குடும்பத்திலேயே பலருக்குத் தெரியாது.

நிறையப் பணம் வந்ததில் ராமசுப்புவும் வைத்துவும் வியாபாரம் தொடங்கினார்கள். ஒரு நிழல் வியாபாரி நண்பரானார். அவர் வெள்ளைக்காரர் பயன்படுத்தும் சுருட்டு விநியோகஸ்தர். சென்னையில் கடை துவக்குங்கள், வியாபாரம் அமோகமாக இருக்கும் என்று வைத்துவுக்குச் சொன்னார். அவன் சொன்னதின் பெயரில் ராமசுப்பு வேலையை விட்டுவிட்டுச் சென்னை குடியேறினான். 'புகை பிடிப்போர் சுவர்க்கம்' என்று கடை துவங்கினான். சென்னையில் கடையிருந்ததால் வாடகைக்கு ஒரு வீடு. வீட்டிலிருந்து கடைக்கு வந்து போக வேண்டாமா? ஆதலால் மோட்டார் வண்டி. அதற்கு ஒரு டிரைவர். முதலாளி கடைப்பக்கம் போகாவிட்டால் வியாபாரம் என்னவாகும்? ஆறு மாதத்தில் கடையில் உள்ள மேஜை நாற்காலி அலமாரிகளைக் கால்விலையில் விற்று வாடகைப் பாக்கியை அடைத்தது. டிரைவருக்கு நான்கு மாதம் சம்பள பாக்கி. அந்த டிரைவர், "நீயும் உன் வண்டியும்", என்று சொல்லிப் போனபோது வண்டியை யாரும் இருநூறு ரூபாய்க்குக் கூட வாங்கத் தயங்கினார்கள்.

ராமசுப்பு ஊர் திரும்பி வங்கி மேலாளர் காலில் விழுந்தான். அவர் சொன்னார், "இதோ பாருப்பா. நான் உனக்காக வேலை தரலை. அந்த சீதா அம்மாவுக்காகத் தரேன். அந்தப் புண்ணியவதி நெருப்பாகவும் இருந்தா. கஷ்டப் படறவங்களோடு சேந்து அந்த வேதனையைத் தீர்க்க ஒத்தாசையும் செய்வா. நீ சுருட்டுக்கடை வைக்கறேன் பேர்வழின்னு இருபதினாயிரம் ஒழிச்சுட்டே. இந்தத் தடவை வேலை தரேன். ஆனா பழைய வேலைன்னு நினைக்காதே. பியூன் வேலைதான் அதுதான் நான் செய்ய முடியும்."

ராமசுப்பு மீண்டும் வேலையில் சேர்ந்தான். அவனுடைய தம்பி இதற்குள் நன்கு படித்து நல்ல வேலையில் சேர்ந்தான். அவனுக்கு முற்றிலும் வேறிடத்தில் திருமணம் நடந்தது. ஆனால் ஒரு நிபந்தனையுடன். அண்ணன் மன்னி கூட்டுக்

குடும்பமாகத்தான் வாழ வேண்டிவரும். அண்ணனின் குழந்தை புது மணப்பெண்ணின் குழந்தையாக வளரும்.

ராமசுப்புவின் வாழ்க்கை மாறிவிட்டது. இனி அவன் தம்பிதான் வீட்டுத் தலைவன். தம்பி கண்டிப்பாக இருந்தான். ஓரகத்திகள் இருவரும் சேர்ந்துதான் வீட்டு வேலை செய்வார்கள். வீட்டு மளிகைப் பொருள்கள் பட்டியலை மதனி தீர்மானிப்பாள். தம்பி பணப்பட்டுவாடா செய்வான். கண்டிப்பாக மாதம் பத்து ரூபாயாவது சேமித்து பண்டாபீஸில் குழந்தை பெயரில் போடவேண்டும் கணக்கைத் தம்பிதான் நிர்வகிப்பான்.

முதலில் ராமசுப்பு கோபமாக இருப்பது போல இருந்தான். அவனுக்கே தோன்றிவிட்டது, புதிதாக வந்திருக்கும் பெண் முன் அவமானப்படாமல் இருக்க வேண்டுமானால் ஒன்று இந்தக் கட்டுதிட்டங்களே அவனுடையது என்பது போல நடந்துகொள்வது. இன்னொன்று தம்பியை வீட்டை விட்டுப் போ என்பது. ஆனால் ராமசுப்புவுக்கு சீதா அத்தை என்றால் தம்பிக்கும் அத்தைதான். வீடு அத்தையுடையது. அவளாக ராமசுப்புவை அவள் வீட்டில் வந்து படிக்க அழைத்தாலும் அவன் பெரியவனான பின் அவள் மனமுடைந்துவிட்டாள். இது ஊருக்கெல்லாம் தெரிந்த விஷயம். தம்பி வைத்துவை நெருங்க விடமாட்டான்.

திடீரென்று ராமசுப்பு தன் வாழ்க்கை இலேசானதாகத் தோன்றியது. கையிலிருந்த ரொக்கம் போய்விட்டது. பெரிய உத்தியோகம் போய் ஒரு பியூன் வேலைதான் கிடைத்திருக்கிறது. ஆனால் எதிர்காலத்துக்கான வழி கிடைத்துவிட்டது.

ராமேசனுக்கு ராமசுப்பு கையெழுத்திட்ட ஒரு தபாலட்டை மஞ்சள் குங்குமம் மூலையில் இடப்பட்டு வந்தது. தேதியில்லை. “எனது அத்திம்பேர் மகாராஜ. ஸ்ரீ கருப்பூர் ராஜப்பையருக்கு வருகிற ஆவணி 8ஆம் தேதி திங்கட்கிழமை அஸ்த நட்சத்திரம் சித்தயோகம் கொண்ட சுபதினத்தில் சஷ்டியப்பூர்த்தி ஸ்நாநமும் அதற்கு முன்தினம் ருத்திர ஏகாதசியும் செய்வதாகத் தீர்மானித்திருப்பதால் தாங்கள் இஷ்டமித்திர பந்துக்களுடன் நான்கு நாட்கள் முன்னதாகவே நன்னிலம் தாலுக்கா போலகம் கிராமம் சந்நிதித் தெருவிலுள்ள கருப்பூர் ராஜப்பைய்யர் இல்லத்திற்கு வந்து அபிஷேக ஸ்நாநப் புண்ணியம் பெறுமாறு தாழ்மையுடன் கேட்டுக்கொள்கிறேன்.”

ராமேசனுக்கு ஆச்சரியமாகவும் இருந்தது. மலைப்பாகவும் இருந்தது. விஷயம், அவனுடைய பெரிய அக்கா வீட்டில் முதல் முறையாக ஒரு மகிழ்ச்சிகரமான நிகழ்ச்சி நடக்கப் போகிறது. இரண்டாவது, இதை ராமசுப்பு முன்னின்று நடத்துவது போலத் தெரிகிறது – போலகம் அத்தைக்கும் அவருடைய கணவர் ராஜப்பையர் மூலம் சிறிது சொத்து உண்டு. உண்மையில் அவள் வாத்தியார் பெண்ணாக இருந்தாலும் ஒரு சொல் எழுதக் கற்றுக்கொள்ளாமல் அந்தக் கிராமத்திலேயே நாற்பது ஆண்டுகள் குடித்தனம் நடத்திவிட்டாள். அவளுடைய கணவரும் படித்ததாகத் தெரியவில்லை. தெரியவில்லை என்ன, படிக்கவில்லை. அவரும் அறுபது ஆண்டுகள் எந்த எழுத்தும் தெரியாமல் ஒரு மன நிறைவோடு வாழும் சிறு விவசாயியாக இருந்துவிட்டார். மண் பற்றியும் பயிர் பற்றியும் அவருக்குத் தெரிந்த அளவுக்கு ஒரு விஞ்ஞானிக்குக் கூடத் தெரியாமல் போய்விடலாம். அவர் அனாவசியமாக வாய் திறந்து பேச மாட்டார் என்பார்கள். ஆனால் அவர் கிராமத்து ஆட்களுடனும் நாற்று நடும் பெண்களிடமும் பேசித்தான் வேலை வாங்க வேண்டும். ஆட்களுடன் சேர்ந்து அவரும் நாளெல்லாம் உழைப்பார் என்று சொல்லியிருக்கிறார்கள். காலையில் பழையது சாப்பிடுவார் என்று கூறுவார்கள். சஷ்டியப்த பூர்த்தி நடக்கும் இரண்டுமூன்று நாட்களில் அவர் பழையது உண்ண முடியாது.

ராமேசன் லட்சுமியிடம் சொன்னான். “அத்திம்பேருக்கு சஷ்டியப்த பூர்த்தி. நீ குழந்தைகளை அழைத்துக்கொண்டு முன்னாலே போய்விடு. அப்பளம் இட்டு அரிசி சுத்தம் பண்ண வேண்டியிருக்கும். நான் லீவு வாங்கிக்கொண்டு வந்து சேருகிறேன். சேர்ந்து திரும்பிவிடலாம்” என்றான்.

“எங்கம்மாவையும் பாக்கணும்.”

“அங்கே யாரையாவது அழைச்சுண்டு போகச் சொல்லேன். நான் வந்தப்புறம் போக முடியுமான்னு தெரியலை.”

“உங்களை அம்மா பாக்க வேண்டாமா. . .”

“சரி நானும் வரேன்.”

“அவளுக்கும் வயசாறது.”

“இப்போ மெட்ராஸ் வரைக்கும் ஒரு ரயில். ஆனா எப்படியும் பெஜவாடாவில் இறங்கி வேறே ஒரு பெட்டியிலே ஏறணும். எழும்பூரிலேருந்தும் ஒரே வண்டி. அதிலே இரண்டாம் கிளாஸ். சௌகரியமாப் படுத்துத் தூங்கலாம்.”

லட்சுமிக்குத் தனியாகப் பெட்டி சாமான்களுடன் குழந்தைகளையும் அழைத்துப் போவது என்ற கவலை வந்தது.

“எல்லாருமே சேந்து போனாலென்ன?”

“எனக்கு ஒரு வாரத்துக்குத்தான் லீவு கிடைக்கும். குழந்தைகள் கிராமத்தைப் பாத்து அங்கே தங்கறது விளையாடறது எல்லாம் இதான் முதல் தடவை. பாலுவும் சங்கரனும் முன்னாலியே போகப் போறாங்க.”

“அப்போ அவாளோட என்னைச் சேத்து அனுப்பக் கூடாதா?”

“அதையும் யோசிச்சேன். சங்கரனுக்கு இப்போ வாடியிலே போட்டிருக்கு. அவன் சிகந்தராபாத் வராமயே மெட்ராஸ் போயிடலாம். பாலுவைக் கேக்கணும். முடிஞ்சா அப்படிப் போகலாம். அப்படியில்லைன்னாக் கூட முன்னை விட இப்ப கொஞ்சம் சௌகரியங்கள் இருக்கும். பாக்கலாம்.”

அது சாத்தியப் படவில்லை. லட்சுமி குழந்தைகளை அழைத்துக் கொண்டு அவளாகத்தான் போக வேண்டியிருந்தது. எழும்பூர் ஸ்டேஷனில் குழந்தைகளைப் பார்த்துக்கொள்ள ஒரு போர்ட்டரிடம் சொல்லிவிட்டு நிலையத்தின் எதிரில் இருந்த ஒரு சைவ உணவகத்திற்குப் போனாள். “எனக்கு ஒரு சாப்பாடு வேணும். அதை ஒருத்தர் காரியர்லே கொண்டுவரணும்“ என்றாள்.

“எங்கே? பக்கத்திலேயா?”

“எழும்பூர் ஸ்டேஷன்லே. நானும் குழந்தைகளும் ஒண்ணும் சரியாவே சாப்பிடலே.”

அந்த மானேஜர் ஒருவரிடம் டிபன் காரியார் சாப்பாடு தயார் செய்யச் சொல்லிவிட்டு?, “உங்ககிட்டே இலை, தட்டு ஏதாவது இருக்கா?” என்று கேட்டார்.

“எங்க டிபன் காரியர் தட்டுகள்தான். ஆனா அதையெல்லாம் தேய்க்கணும்.”

“சரி, நான் இரண்டு இலையும் கொடுத்தனுப்பறேன். நீயும் உன் குழந்தைகளும் தாராளமாச் சாப்பிடலாம். என்ன வண்டி?”

“திருத்துறைப்பூண்டி எக்ஸ்பிரஸ்”

“அது ஒம்போது மணிக்கு மேலேன்னா கிளம்பும்? வண்டி மூணாவது பிளாட்பாரத்திலே நிக்கும். ஏறி உக்காந்துடு. கும்பல் இருக்காது. நீ சாப்பிட்டுட்டு காரியரைக் கொண்டு வந்தவர்கிட்டேயே அனுப்பிச்சுடலாம். எப்படியும் கொஞ்சம் மிஞ்சிப் போயிடும்.”

“குழந்தைகளுக்கு நல்ல பசி.”

"ஏன், உனக்கு இல்லையா?"

சாப்பாட்டுக்குப் பணத்தைக் கொடுத்துவிட்டு ரகு என்ற ஆளை அழைத்துக்கொண்டு லட்சுமி எழும்பூர் முதல் பிளாட்பாரம் வந்தாள். அவளுடைய பெண் குழந்தைகள் இரண்டும் சாமான்களைக் காவல் காத்துக்கொண்டிருந்தன. எட்டு வயதாகும் அவள் மகனைக் காணோம்.

"சீனு எங்கே?"

"தண்ணி குடிக்கப் போனான். அதோ அந்தக் குழாயிலே."

"நம்ம கூஜாலியும் பிடிச்சுடலாமே."

அப்போது ரகு சொன்னார். "வேண்டாம்மா. நம்ம மூணாவது பிளாட்பாரம் போயிடுவோம். அங்கே குழாய் உண்டு. அங்கே பிடிச்சுக்கலாம். ஆனா சாமானைத் தூக்கிண்டுபோகணுமே? போர்ட்டரைக் கூப்பிடட்டுமா?"

"இல்லே ஜட்காலேந்து குள்ளமா ஒரு போர்ட்டர் இறக்கினான். அவன் ரயில்லே ஏத்தி விடறேன்றான்."

"எங்கே இருக்கான். பாரு."

லட்சுமி அங்குமிங்கும் பார்த்தாள். மூன்று நீலச் சட்டை போர்ட்டர்கள் ஓரிடத்தில் நின்றனர். லட்சுமி அங்கே போய், "எங்களை நன்னிலம் வண்டீலே ஏத்தப் போறது யாரு?"

"என்னைத் தெரியலையா?"

"சரி, வா. இப்பவே ரயிலுக்குப் போயிடலாம்."

"வண்டியிலே லைட் போட மாட்டானே."

"பரவாயில்லே. வண்டியிலே ஏறினாத்தான் நாங்க சாப்பிட முடியும்."

அந்தப் போர்ட்டர் முக்கால்வாசி சாமானை ஏற்றி வர மிகுதியை லட்சுமியும் சீனுவும் தூக்கிக் கொண்டார்கள். படியேறிப் போகாமல் அந்தப் போர்ட்டர் இருப்புப்பாதைக் கடந்துபோக அழைத்துப் போனபோது லட்சுமிக்கே கவலையாக இருந்தது.

பிளாட்பாரம் விளக்கு நன்கு தெரியக்கூடிய இரண்டாம் வகுப்பில் ஏறிக்கொண்டார்கள்.

"போங்கோ, எல்லாரும் கையைச் சுத்தம் பண்ணிண்டு வாங்க. நிதானமாக நன்னாச் சாப்பிடலாம்." இப்படியும் ஒரு உணவுவிடுதிக்காரரா என்று லட்சுமிக்கு வியப்பாக இருந்தது.

அந்த ஒரு சாப்பாடு அவர்கள் நால்வருக்கும் போதுமானதாக இருந்தது. அந்த மனிதர் அவர்களுக்கு உணவு பரிமாறி டிபன் காரியரை எடுத்துச் சென்றவுடனேயே அவர்களுக்குத் தூக்கம் கண்ணைச் சுழற்றியது. குழந்தைகள் மூவரையும் படுக்கப் போட்டுவிட்டு லட்சுமி மட்டும் விழித்திருந்தாள்.

ஒருவர் இருவராகப் பெட்டியில் ஏறினார்கள். விளக்கு எரியத் தொடங்கியது. பல சிறு வியாபாரிகள் தள்ளு வண்டிகளில் சிகரெட், புத்தகங்கள், பழங்கள் முதலியன பிளாட்பாரத்தில் விற்றார்கள். லட்சுமியும் கண்ணயர்ந்துவிட்டாள். நடு இரவில் திடீரென்று கண் விழித்தபோது ரயில் இருட்டில் நிதானமாக முன்னேறிக் கொண்டிருந்தது. வண்டியில் பயணிகள் தூங்கிக் கொண்டிருந்தார்கள். லட்சுமி மேல்தட்டில் பார்த்தாள். பெரியவன் தூங்கிக் கொண்டிருந்தான். அவளுடைய பெஞ் சுலேயே பெண்கள் தூங்கிக் கொண்டிருந்தார்கள். வண்டி ஒழுங்காகப் போனால் காலை ஒன்பது மணிக்கு நன்னிலம் போகும்.

லட்சுமிக்கு நேரம் அறிய எந்த வாய்ப்பும் இல்லை. அவள் உட்கார்ந்த படியே மீண்டும் தூங்கத் துவங்கினாள்.

கிராமத்தில் அத்தையின் கணவன் வழி உறவினர் அதிகம் இல்லை. ஆனால், அத்தை வம்சத்தில் மூன்று தம்பிகளும் அவர்களுடைய முழுக் குடும்பங்களும், ஒரு சகோதரி, மறைந்த அண்ணன்மார்களில் ஒருவரின் இரு மகன்கள் வந்திருந்தார்கள். எல்லோரும் அந்தக் கிராமத்திலேயே இருந்து சாவகாசமாக ஊருக்குக் கிளம்பினார்கள். அந்தக் குடும்பத்தில் நடந்த திருமணங்களில் கூட இந்த மாதிரியான குடும்ப உறவினர்கள் கூடுதல் நிகழ்ந்ததில்லை. இது அந்த நேரத்தில் யாருக்கும் தோன்றவில்லை.

பெண்கள் பேசிக்கொண்டே இருந்தார்கள். அப்பளம் இட்டுக்கொண்டே இருந்தார்கள். சமைத்துக்கொண்டே இருந்தார்கள். பரிமாறிக்கொண்டே இருந்தார்கள். முதலில் வாழையிலை, அப்புறம் வாழைப்பட்டை கொண்டு செவ்வக வடிவமான தட்டு போன்று தைக்கப்பட்டவை. தண்ணீர் எடுக்க எடுக்கக் கிணறு ஊறிக் கொண்டே இருந்தது – குழந்தைகள் நினைத்த நேரத்தில் தாமரைக் குளம் போனார்கள். ஆற்றங்கரை போனார்கள். ஆற்று மணலில் கால் பாதத்தை வைத்து எஸ்கிமோ வீடுகள் போலச் செய்து பின்னர் அந்த வீடுகளைக் காலால் மிதித்து அழித்தார்கள். மீண்டும் கட்டினார்கள். ஆற்றங்கரை அலுக்கும் வரை விளையாடினார்கள்.

குதிரிலிருந்து நெல் எடுத்து அதை உரலில் இட்டுக் குத்தி உமியைப் புடைத்து நீக்கினார்கள். மளிகைக் கடைக்காரர் தினமும் வந்து விசாரித்துப் போனார். அந்த சஷ்டியப்த பூர்த்தியின் விமரிசையை அனைவரும் கொண்டாடத் தக்கதாயிருந்தது. ஆனால் அந்த கிராமத்திலும் குடும்பத்திலும் அந்த அத்தைக்கு மிகவும் நல்ல பெயர். கணவனை விட ஓரிரு நாட்கள் பெரியவள் என்று கூடச் சொல்லுவார்கள். காரணம், யாருக்குமே ஜாதகம் ஒழுங்காகக் கணிக்கப்படவில்லை. சங்கரனுடைய உலக்கை மகன் அழைத்து வரப்பட்டான். அவனுடன் அவன் தம்பியும் கூட தாயில்லாக் குழந்தைகள் என்று பார்த்த உடனே தெரிந்தது. சங்கரனுக்கு வேதனைப்படுவதைத் தவிர வேறேதும் செய்ய முடியவில்லை.

தொப்பியணிந்த தெரு விளக்குகள்

1939, செப்டம்பர் முதல் தேதியன்று ஹிட்லரின் படைகள் போலந்து நாட்டில் பிரவேசித்தன. 'போலந்து நாட்டின் அத்துமீறல் தாங்க முடியாத அளவுக்குப் போய்விட்டது' என்று ஜெர்மனியின் பிரசாரம் கூறியது. 'ஜெர்மனியின் அதுதுமீறல் தாங்க முடியாத அளவுக்குப் போய்விட்டது' என்று பிரிட்டனும் பிரான்சும் செப்டம்பர் 3ஆம் தேதி ஜெர்மனி மீது போர் அறிவித்தன. ஒரு மாத காலத்தில் போலந்து நிர்மூலமாகி விட்டது. அந்த நாட்டின் மக்கள் தொகையில் கணிசமான பகுதி அழிந்துவிட்டது. மீதமுள்ளது பழங்கால அடிமைகளிலும் அவலமான நிலையில் தள்ளப்பட்டு அடுத்து ஆறு ஆண்டுகளில் அழிந்துகொண்டிருந்தது.

பிரிட்டன் ஜெர்மனி மீது போர் அறிவிப்பு செய்து சில வாரங்களுக்குள் நிஜாம் அரசும் நிஜாம் இரயில்வேயும் அவர்களே போர்புரிந்து கொண்டிருந்த மாதிரி அவசர நடவடிக்கைகள் எடுத்தன. மின்சாரத்தைக் குறிக்கப் பல ஆண்டுகளாக ஒரு சின்னம் பயன்படுத்தப்பட்டு வருகிறது. அந்த வடிவத்தில் தெருவோரமாக எங்கு மண் தரை இருந்ததோ அங்கு மிக நேர்த்தியாக 'டிரெஞ்ச்'கள் வெட்டப்பட்டன. இரு முனைகளிலும் பள்ளத்தில் இறங்குவதற்குப் படிக்கட்டு. டிரெஞ்ச் சுமார் இரண்டடி அகலம். ஆறு அடி ஆழம். எதிரி விமானங்கள் குண்டு வீச வந்தால் தெருவில் இருப்போர் உடனே டிரெஞ்ச்சுக்குள் புகுந்து பாதுகாத்துக்கொள்ள வேண்டும். சிறுவர் பள்ளிக்குப்

போகும்போது டிரெஞ்ச்சில் ஒரு கோடியில் இறங்கி மறுகோடியில் வெளியே வருவார்கள். டிரெஞ்ச்சுகள் கடைசிவரை சுத்தமாக இருந்தன. அதே போலக் கடைசி வரை அவை தோண்டப்பட்ட காரணத்துக்காகப் பயன்படுத்தப்படவில்லை.

குண்டு வீச்சு நிகழவில்லை என்பதற்காகப் பாதுகாப்பு ஏற்பாடுகளைக் கைவிடலாமா? ஒரு முக்கிய ஏற்பாடு, இரவில் குண்டு வீச்சு நிகழ்ந்தால் அதன் பாதிப்பைக் குறைக்க நகரமே இருட்டில் ஆழந்திருப்பது. வீட்டு வெளிச்சம் வெளியே சிந்தக்கூடாது. கதவுகள், ஜன்னல்கள் மூடியிருக்க வேண்டும். ஜன்னலுக்குப் பொருத்தப்பட்ட கண்ணாடிகளுக்குக் கறுப்புக் காகிதம் ஒட்டவேண்டும். கண்ணாடிக்குக் காகிதம் ஒட்டுவது இரு காரணங்களுக்காக. ஒன்று, வெளிச்சம் வெளியே தெரியாதிருக்க, இரண்டாவது, குண்டு வெடித்துக் கண்ணாடி உடைந்தால் அது துகள்களாகச் சிதறாமல் இருப்பதற்காக.

இதெல்லாம் வீடுகளுக்கு. வீதிகளுக்கு? எல்லா மோட்டார் வண்டிகளின் விளக்குகளின் மேற்பாதி கறுப்பு வண்ணம் பூசப்பட வேண்டும். தெரு விளக்குகள் எரியும். ஆனால் ஒவ்வொரு விளக்குக்கும் ஒரு தொப்பி போன்ற கவசம் போடப்பட்டது. அதாவது தெரு விளக்கின் அடியில் தெருவில் ஒரு சிறிய வட்டத்தினளவுதான் வெளிச்சம் இருக்கும். ஒரு மைல் நீளத் தெருவில் இருபது விளக்குகள் இருந்தால் இரவில் அந்தத் தெருவில் இருபது வெளிச்ச வட்டங்கள் இருக்கும். அந்த வட்டத்தில் கால் வைப்பது ஒரு தனி அனுபவமாக இருக்கும். சில சந்தர்ப்பங்களில் இருட்டில் ஊர்ந்து போகும் பூச்சி அல்லது புழு இருட்டில் கண்ணுக்குத் தெரியாது. அந்த விளக்கடி வட்டத்தில் மட்டும் அது நகர்ந்து போவது தெரியும். பனி பெய்யும் நாட்களில் விளக்கடியில் இலேசான தூணாகப் பனி தெரியும்.

இருட்டடிப்பு வீடு, கடை, இரயில் நிலையம், சினிமாக் கொட்டகை, ஓடும் வண்டிகள் எல்லாவற்றுக்கும்தான். அந்த நாளில் இரயிலில் மூன்று வகுப்புகள், பத்துப் பெட்டிகள் உள்ள இரயிலில் இரண்டு அல்லது மூன்றாம் வகுப்புப் பெட்டிகள் இருக்கும். இந்தப் பெட்டிகளின் கதவு வெளியில் திறக்கும். ஒரு பெட்டிக்கு இரண்டே இரண்டு விளக்குகள். அவை இப்போது கறுப்பு பூசப்பட்டு விட்டன. பெட்டிகளில் என்ன நடக்கும், என்ன நடந்தன என்று தெரியாது. ஆனால், இரயில்கள் பற்றி அந்த நாளில் பெரிய புகார் ஏதும் எழவில்லை. எல்லாமே சரி என்றுதான் எல்லாருமே எண்ணியிருந்திருக்க வேண்டும்.

❍

வெடிக்காத பீரங்கிக்கும் நிழலுண்டு

இங்கிலாந்துக்காரர்களும் பிரெஞ்சுக்காரர்களும் முதலில் யுத்தத்தைப் போலி யுத்தம் என்றுதான் அழைத்தார்கள். பிரான்சு– ஜெர்மனி எல்லையில் பூமிக்கடியில் பிரான்சு நீண்ட அரண் ஒன்று அமைத்திருந்தது. போலந்தில் நடந்தபடி பிரான்சில் ஜெர்மன் துருப்புகள் உள்ளே வந்துவிட முடியாது. எல்லையின் இரு புறங்களிலும் அங்கொருவர் இங்கொருவராகச் சிப்பாய்கள் வீட்டுக்காவல்காரர்கள் போல ஒரு நாற்காலியில் உட்கார்ந்து நாளெல்லாம் பொழுது போக்குவர். பொழுது போவது மிகவும் கடினமாக இருந்திருக்க வேண்டும். அந்த நாளின் ஒரு புகழ்பெற்ற புகைப்படம் இப்படி எல்லையில் உட்கார்ந்திருக்கும் பிரெஞ்சு சிப்பாயுடையது. அந்த வீரர் கொட்டாவி விடும்போது புகைப்படக்காரர் படம் எடுத்திருந்தார். யுத்தம் அந்த எல்லையில் சில நாட்களுக்குத்தான் போலி.

இந்தியாவின் இதர இடங்களில் எப்படியோ – ஆனால் நிஜாம் அரசு உடனடியாக உணவுப் பொருள் கட்டுப்பாடு கொண்டு வந்தது. ஒவ்வொரு நபருக்கும் ஒரு ரேஷன் அட்டை. நாய் வளர்ப்பவர்கள் நாய்க்காக ஒரு அட்டை பெறலாம். ஒரு குறிப்பிட்ட கடைக்குப் போய்த்தான் அரிசி, கோதுமை, சர்க்கரை வாங்கிக்கொள்ள வேண்டும். நிஜாம் அரசிலேயே நிறைய விளைந்த சோளம் நிறைய வாங்கிக்கொள்ளலாம். நிஜாம் அரசில் ஒரு சர்க்கரைத் தொழிற்சாலை. அது போதாது. சர்க்கரையுடன் இறக்குமதியாகும் அரிசி, கோதுமைக்கு ரேஷன் அட்டை வேண்டும். ரேஷனில் கிடைக்கும் அரிசி, கோதுமை, சர்க்கரை மாதத்தில் பத்து நாட்களுக்குக் கூடப் போதாது.

ஆனால் ஊரெல்லாம் நிறையப் புது மனிதர்கள். வெள்ளைக்காரர்கள், நிறையப் புது வண்டிகள், காக்கி வண்ணமடிக்கப்பட்ட, காக்கி வண்ண முரட்டுத் துணியால் மூடப்பட்ட டிரக் வண்டிகள். எல்லா வண்டிகளுக்கும் பல இலக்க எண்கள். எண் முன்னால் செங்குத்தாக அம்புக்குறி.

இந்த அம்புக்குறி இந்த மிலிட்டரி லாரிக்காரர்களுக்கு நிறையச் சுதந்திரம் தந்தது. மிகச் சின்ன ஊர்களில்கூடத் தினமும் ஒரு விபத்து. ஒரு பாதசாரி அல்லது சைக்கிளில் சென்றவன் அடிபட்டிருப்பான். விபத்து நடந்தால் மிலிட்டரி லாரியை யாரும் தடுத்தது கிடையாது.

ஆனால் ஒருமுறை யாரோ பத்துப் பதினைந்து பேர் சூழ்ந்து தடுத்துவிட்டார்கள். லாரியில் டிரைவர் மட்டும்தான். அவன்

கிலியோ கிலேசமோ அடையவில்லை. அவன் சொன்னான்: “நாலாயிரம் மைல்களுக்கப்பால் நாங்கள் நூற்றுக்கணக்கில் சாகிறோம். இங்கே ஒரு பையனுக்கு இவ்வளவு அமளி செய்கிறீர்களே!”

அந்த லாரியில் அடிபட்டுக் காலுடைந்தது வழக்கம் போல சைக்கிளில் சென்றுகொண்டிருந்த பாலு.

தொடரும் சாபம்

யுத்தம் தொடங்கிய நாளிலிருந்தே நாடு இருட்டுக்குப் பழகிக் கொள்ள வேண்டியிருந்தது. பல தற்காப்பு நடவடிக்கைகள் பகலிலும் வெளிச்சத்தைப் பறித்தன. எங்கெங்கு திறந்த வெராந்தாவாக இருந்ததோ அங்கெல்லாம் மணல் மூட்டைகள் சுவராக அடுக்கி வைக்கப்பட்டன. பழைய ஜெயில் என்றிருந்த கற்கட்டடம் விமானத் தாக்குதலின்போது பாதுகாப்பு இடம் என்று அறிவிக்கப்பட்டது.

இதெல்லாம் விகடத்துணுக்குகள். உண்மையான பாதிப்புகள் உணவில் ஏற்பட்டன. உணவுப் பொருள்கள் ராணுவத்துக்கு வேண்டியிருக்கிறது. அவர்களுக்குப் பிறகுதான் மற்றவர்களுக்கு.

ரேடியோ இருந்தவர்கள் யுத்தச் செய்திகள் கேட்டு அவை புரியவில்லை என்றாலும் கலவரம் அடைந்தார்கள். நிஜாம் பங்குக்கு பிரிட்டிஷாருக்கு ஒரு விமானம் தயாரிக்கக்கூடிய பணம் பொது மக்களிடம் ஒரு லாட்டரி நடத்திப் பெற்றார். சூறாவளி – ஹரிகேன் – என்ற அந்த விமானம் ஒரு போர் விமானம். லாட்டரி டிக்கெட்டில் இருந்த அதன் படம் எவ்வளவு மாணவர்களால் பிரதி எடுக்கப்பட்ருக்கும்?

பாலுவின் கால் சரியாக மாதக் கணக்கில் ஆயிற்று. ஆனால் சைக்கிள் விடுவது நின்றது.

சைக்கிள் விட முடியாமல் போனபோதுதான் அவன் வாழ்க்கையில் அதற்கு எவ்வளவு பெரிய பங்கிருந்தது என்று தெரிந்தது.

இப்போது மகன்கள் சைக்கிள் விட ஆரம்பித்தார்கள். ராமேசனின் மூத்த மகனும் சைக்கிளில் நினைத்தால் பாலு வீட்டுக்கு வந்துவிடுவான். பாலு இருந்த தெருவில் மூன்று மாவரைக்கும் கடைகள். கடையை மூடும் போது ஒவ்வொரு

கடையிலும் ஒரு பெரிய கிரஸினாயில் டின் அளவுக்கு மாவு சேர்ந்திருக்கும். அரிசி, கோதுமை. சோளம், பருப்பு எல்லாம் கலந்தது. அதை வாங்கிப் போக வாடிக்கையாளர்கள் உண்டு.

ஊரின் ஒரு கள்ளுக்கடைக்கு முதலிலிருந்தே பெட்ரோமாக்ஸ் விளக்கு. அதன் பிரகாசம் தெருவையே வெளிச்சமாக்கி விடும். யுத்தத்தினால் அந்த விளக்குக் கறுப்பு பூச வேண்டியிருந்தது. இப்படியெல்லாம்தான் குண்டு விழுவதைத் தவிர்க்க முடியுமா?

மெட்ராஸில் குண்டு விழுந்தது என்றவுடன் நிஜாம் அரசு இன்னமும் தீவிரமடைந்தது. இவ்வளவு பாதுகாப்பு ஏற்பாடுகள், இவ்வளவு மணல் முட்டைகள் அடுக்கியதற்கு ஜப்பான்காரனோ ஜெர்மானியனோ ஹுசேன்சாகர் ஏரியில் ஒரு குண்டை வீசியிருக்கலாம். நல்ல நிலா நாட்களில் மனிதர்கள் ஏற்றும் விளக்கைக் கறுப்புப் போர்வை போட்டு மறைக்கலாம். ஆனால் தண்ணீர்ப் பரப்பை என்ன செய்ய முடியும்? அது பிரதிபலிக்கும் வெளிச்சத்தை எப்படி மறைப்பது?

யுத்தம் நடக்கும்போது யுத்தகளத்தில் மனிதர்கள் உடல் சிதறிச் சின்னாபின்னமாயின. யுத்தகளமாக இல்லாத இடங்களில் வாழ்க்கை சின்னாபின்னமாகிக் கொண்டிருந்தது. இளைத்துப் போனார்கள். சோர்ந்து போனார்கள். முதுமையடைந்தார்கள். செத்துப் போனார்கள் சவ ஊர்வலம் இருட்டில்தான் செல்லும்.

மாங்காளம்மா ஜாத்ரா என்றால் மேளம், பகல்வேஷம், கரகம், கல்லெறி, இனக்கலவரம். இப்போது ஊர்வலம் கிடையாது. இனக்கலவரமும் கிடையாது.

மூத்த சகோதரனுக்கு வந்த நீரிழிவு வியாதி கடைசி சகோதரனுக்கும் வந்துவிட்டது. யுத்தம் முடிந்த ஐந்து ஆண்டுகளுக்குள் மூன்று சகோதரர்களும் அவரவர்களுடைய மனைவிகளையும் பள்ளிப் படிப்பே முடிக்காத சிறுகுழந்தை களையும் விட்டுவிட்டு அவர்களுடைய பெற்றோர்களையும் அண்ணன்மார்களையும் தேடிப் போய் விட்டனர். யார் இருந்தால் என்ன? யார் மறைந்தால் என்ன? பெண்கள் சுகப்படுவதில்லை. சாபம் என்பது உண்மையோ? அது உண்மையானால் எப்போது தீரும்?